भारतीय अस्मितेची प्रतीके

वर्षा गजेंद्रगडकर

सकाळ प्रकाशन

सकाळ प्रकाशन

भारतीय अस्मितेची प्रतीके

प्रथमावृत्ती : फेब्रुवारी २०१६

अक्षरजुळणी

अश्विनी महाजन

मांडणी

आर्ट ॲडव्हर्टायझिंग

मुखपृष्ठ / आतील चित्रे

संदीप देशपांडे

प्रकाशक

सकाळ पेपर्स प्रा. लि.

५९५, बुधवार पेठ, पुणे ४११ ००२

ISBN : 978-93-84316-97-6

अधिक माहितीकरिता :

०२०-२४४० ५६७८/८८८८८ ४९०५०

sakalprakashan@esakal.com

ती. अण्णा
तुमच्या साक्षेपी आणि समन्वयशील संशोधनदृष्टीला

मनोगत

'भारतीय अस्मितेची प्रतीके' हे भारताच्या राष्ट्रीय प्रतीकांचा परिचय करून देणारे पुस्तक आहे. अर्थात हा फक्त राष्ट्रीय प्रतीकांचा परिचय नाही. देशाच्या मानचिन्हांमागची प्रतीकात्मकता उलगडण्याचा, एका परीने भारताच्या सांस्कृतिक वाटचालीकडे वळून पाहण्याचा हा प्रयत्न आहे.

राष्ट्रीय प्रतीके हा त्या-त्या देशाच्या आणि देशवासीयांच्या अभिमानाचा विषय असतो. भारताच्या बाबतीत तर राष्ट्रीय प्रतीके जागतिक पटलावर देशाचे प्रतिनिधित्व करून थांबत नाहीत. कारण या प्रतीकांमागे प्रदीर्घ अशी ऐतिहासिक, सांस्कृतिक आणि सामाजिक परंपरा आहे. ज्ञात इतिहासापासून आजपर्यंत देशातल्या लोकजीवनाशी वाटचाल कशी झाली, इथल्या संस्कृतीची जडणघडण कशी होत गेली, कोणत्या श्रद्धा-समजुतींनी या खंडप्राय देशातल्या जनतेला अनेक शतके एकाच धाग्यात जोडले याचा उलगडा भारतीय प्रतीकांचा मागोवा घेताना होत जातो. जगभर नावाजल्या गेलेल्या भारतीय तत्त्वज्ञानाची बैठकही काही प्रतीकांनी स्पष्ट केली आहे. यादृष्टीने या पुस्तकाचा विषय महत्त्वाचा आहे.

हा विषय मला अण्णांनी- माझे वडील, डॉ. रा. चिं. ढेरे यांनी- सुचवला. खरे तर त्यांनी पुस्तकाचा आराखडाच करून १९९४ मध्ये माझ्या हातात ठेवला. पण काही ना काही कारणांनी माझ्याकडून हा विषय बाजूला पडला. आता वीस वर्षांनंतर मी या विषयाकडे वळले. अण्णांनी गोळा केलेल्या संदर्भाखेरीज आणखीही काही पुस्तके-माहिती हाताशी घेतली आणि या सगळ्या सामग्रीच्या मदतीने या पुस्तकाचे लेखन केले.

राष्ट्रध्वज, राष्ट्रगीत आणि राष्ट्रीय गीत, राष्ट्रभाषा, राष्ट्रीय ब्रीदवाक्य, राष्ट्रीय बोधचिन्ह, राष्ट्रीय पक्षी, प्राणी, फूल आणि जलचर अशा प्रतीकांची ओळख या पुस्तकात आहे. राष्ट्रध्वज आणि राष्ट्रगीताच्या बाबतीत त्यांच्या निर्मितीचा इतिहास, निर्मितीनंतरचा प्रवास, क्वचित उद्‌भवलेले वाद अशा काही मुद्द्यांचाही समावेश आहे. राष्ट्रीय प्राणी, पक्षी, वृक्ष, फळ, फूल यांविषयीच्या प्रकरणांमध्ये वैदिक काळापासूनचा दृष्टिकोन, वैज्ञानिक तपशील आणि पर्यावरणीय महत्त्व यांची चर्चा आहे. त्यामुळे प्रत्येक प्रकरणाचे स्वरूप आणि रचना भिन्न आहे.

अनेक स्रोत आणि संदर्भ अभ्यासून हे लेखन मी केले आहे. या सगळ्या लेखकांची-अभ्यासकांची मी ऋणी आहे. डॉ. वासुदेवशरण अग्रवाल या ज्येष्ठ हिंदी अभ्यासकाचा मला मुद्दाम उल्लेख करावासा वाटतो. त्यांच्या लेखनाने मला एक संवेदनशील अंतर्दृष्टी तर दिलीच; पण देशाला शांततेकडे नेणारी एक वाट सापडणार आहे आणि ती भारतीय मातीतूनच निर्माण होणार आहे, असा विश्वासही त्यांच्या लेखनाने माझ्या मनात जागवला.

सुसू (Gangetic Dolphin) या प्राण्याला २००९ मध्ये भारताचा राष्ट्रीय जलचर हा सन्मान मिळाला. त्याचाही समावेश या पुस्तकात करण्याची सूचना पर्यावरण-अभ्यासक श्री. संतोष शिंत्रे यांनी केली. त्यासाठीचे संदर्भही त्यांनीच पुरवले. त्यांचे मन:पूर्वक आभार.

सकाळ प्रकाशनचे आशुतोष रामगीर आणि दीपाली चौधरी, चित्रकार संदीप देशपांडे यांच्या सहकार्यामुळे हे पुस्तक देखण्या स्वरूपात प्रकाशित होऊ शकले. पुस्तकासाठी प्रत्यक्ष-अप्रत्यक्ष मदत करणाऱ्या इतरही सगळ्यांची मी मनापासून आभारी आहे.

या पुस्तकाचा आशय पुस्तकापुरता मर्यादित राहू नये अशी इच्छा आहे. सध्याची सामाजिक अस्वस्थता, असहिष्णुता आणि हिंसेचे उद्रेक शमवण्यासाठीही राष्ट्रीय प्रतीके हे प्रभावी साधन ठरू शकते. त्यांचा त्यादृष्टीने जाणीवपूर्वक उपयोग होण्याची आवश्यकता आहे. महासत्तेच्या दिशेने देशाची वाटचाल चालू असताना, नव्या पिढीने भारतीयत्वाची ओळख विचार आणि कृतीत रुजवावी अशी अपेक्षा आहे. त्यासाठी हे पुस्तक मदत करेल.

- वर्षा गजेंद्रगडकर

अनुक्रमणिका

राष्ट्रीय गीत आणि राष्ट्रगीत : वंदे मातरम् आणि जनगणमन

जनगणमन अधिनायक जय हे, भारत-भाग्य-विधाता। पंजाब सिंधु गुजरात मराठा, द्राविड उत्कल बंगा। विंध्य हिमाचल यमुना गंगा उच्छल जलधितरंगा। तव शुभ नामे जागे, तव शुभ आशिस मागे। गाहे तव जय गाथा।। जनगण मंगलदायक जय हे भारत-भाग्य-विधाता। जय हे जय हे, जय जय जय जय हे।।

वंदे मातरम् सुजलां सुफलां मलयजशीतलाम् शस्यश्यामलां मातरम्। शुभ्रज्योत्स्नापुलकितयामिनीं फुल्लकुसुमित द्रुमदलशोभिनीं सुहासिनी सुमधुरभाषिणीं सुखदां वरदां मातरम्।।१।। वंदे मातरम् । कोटि कोटि कण्ठ कल कल निनाद कराले, कोटि कोटि भुजैर्धृत खरकरवाले, अबला केन मा एत बले। बहुबलधारिणीं नमामि तारिणीं रिपुदलवारिणीम् मातरम्।।२।। वंदे मातरम्। तुमि विद्या, तुमि धर्म तुमि हृदि, तुमि मर्मत्वं हि प्राणा: शरीरे बाहुते तुमि मा शक्ति, हृदये तुमि मा भक्ति, तोमारई प्रतिमा गडि मंदिरे-मंदिरे मातरम्।।३।। वंदे मातरम्। त्वं हि दुर्गा दशप्रहरणधारिणी कमलाकमलदलविहारिणी वाणीविद्यादायिनी, नमामि त्वाम् कमलां अमलां अतुलां सुजलां सुफलां मातरम्।।४।। वंदे मातरम्।श्यामलां सरलां सुस्मितां भूषितां धरणीं भरणीं मातरम्।।५।। वंदे मातरम्।

राष्ट्रीय गीत आणि राष्ट्रगीत
वंदे मातरम् आणि जनगणमन

वंदेमातरम् - राष्ट्रीय गीत

इतिहास जाणून घेण्यापूर्वी...

असे म्हटले जाते की पुष्कळसे लेखन पुस्तकांच्या पानांमध्येच टिकून राहते; पण काही मोजके लेखन पुस्तकातून बाहेर येऊन आपल्या जगण्याला कवेत घेते. 'वंदे मातरम्' हे गीत अशा मोजक्या लेखनापैकी एक आहे. बंकिमचंद्र चटर्जी यांनी लिहिलेल्या या गीताने भारताच्या स्वातंत्र्य चळवळीचा इतिहास घडवला. ब्रिटिश सत्तेविरुद्ध भारतीय जनतेने दिलेल्या लढ्याला 'वंदे मातरम्' या महामंत्राने अजोड असे स्फुरण दिले. 'वंदे मातरम्' असा उद्घोष करत त्या वेळी कित्येकांनी प्राण दिले, कित्येकांनी अनन्वित छळ सोसला आणि या शब्दांमधल्या ऊर्जेनेच सर्वसामान्यांच्या मनात मातृभूमीला पारतंत्र्याच्या जोखडातून मुक्त करण्याची आस जागवली.

जगभरात इतर अनेक देश आहेत, आपल्या देशावर उत्कट प्रेम करणारी माणसेही आहेत. पण 'वंदे मातरम्'ने जसा निनाद उमटवला, तसा इतर कुठेच उमटलेला नाही. हा निनाद फक्त भारतीय भूमीवर उमटला; कारण मातृभक्ती, मातृप्रेम हा इथल्या संस्कृतीचा गाभा आहे, तिचा स्थायी भाव आहे. एका अर्थाने

भारतीय संस्कृती ही मातृसंस्कृतीच आहे. *'माता भूमिः पुत्रोऽहं पृथिव्याः'* हा अथर्ववेदातला कित्येक सहस्रकांपूर्वीचा उद्घोष हीच मातृसंस्कृती अधोरेखित करणारा आहे. भूमीविषयीच्या याच जिव्हाळ्याचे प्रतिबिंब 'वंदे मातरम्' मध्ये उमटले आहे. या गीतातले तेज, स्फुरण, माधुर्य आणि उत्कटता यांनी स्वातंत्र्यपूर्व काळात जनमानसाची पकड घेतली. आता स्वातंत्र्यप्राप्तीला ६८ वर्षे उलटून गेली आहेत आणि राष्ट्रगीताचा समान दर्जा मिळालेले हे गीत वेगवेगळ्या निमित्ताने अजूनही गायले जात आहे. आजच्या स्वतंत्र भारतात 'वंदे मातरम्'मधला मंत्रभारलेपणा कदाचित थोडासा विरळ झाला असेल; पण त्यातले मातृभूमीविषयीचे प्रेम तितकेच उत्कट आहे. 'वंदे मातरम्'चा इतिहास जाणून घ्यायचा तो एवढ्यासाठी की सगळ्या भारतीय जनतेला राष्ट्रप्रेमाच्या एकाच धाग्यात बांधणारे सामर्थ्य त्यात आहे आणि महासत्तेच्या दिशेने चालू असलेल्या भारताच्या वाटचालीत उपयोगी पडेल अशी शिदोरीही या गीतातच सामावली आहे.

बंकिमचंद्र चटर्जी

आधुनिक भारतीय साहित्यक्षेत्रात बंकिमचंद्र चटर्जी हे ठळक आणि गौरवशाली नाव आहे. 'वंदे मातरम्' या गीतामुळे कवी म्हणून त्यांना सदोदित गौरवले गेले तरी मुळात ते श्रेष्ठ कादंबरीकार होते. त्यांची सगळी साहित्यनिर्मिती बंगाली भाषेत आहे; मात्र त्यातल्या अभिजाततेमुळे त्यांच्या अनेक पुस्तकांचा इंग्लिशसह अनेक भाषांमध्ये अनुवाद झाला.

१८३८ ते १८९४ हा बंकिमचंद्रांचा जीवनकाळ. पश्चिम बंगालमध्ये कोलकातापासून जवळ चौबीस परगणा नावाचा जिल्हा आहे. या जिल्ह्यातल्या कांटालपाडा या छोट्याशा गावात २५ जून १८३८ रोजी त्यांचा जन्म झाला. त्यांचे वडील जादोबचंद्र (यादवचंद्र) मिदनापूरचे डेप्युटी कलेक्टर होते. विद्वान आणि प्रतिष्ठित व्यक्ती म्हणून सगळीकडे त्यांचा दबदबा होता. आपल्या चारही मुलांना त्यांनी इंग्लिश भाषेबरोबर संस्कृत वाङ्मयाचेही शिक्षण दिले. संस्कृतातल्या ज्ञानाचा फार मोठा प्रभाव बंकिमचंद्रांच्या व्यक्तिमत्त्वावर पडला. त्यामुळेच त्यांच्या लेखनात वैदिक वाङ्मय आणि प्राचीन भारतीय परंपरेबद्दलची आत्यंतिक ओढ उमटलेली दिसते.

बंकिमचंद्र लहानपणापासूनच बुद्धिमान होते. वाचनाचे त्यांना विलक्षण

वेड होते. वयाच्या पंधराव्या वर्षी, १८५३मध्येच 'ललिता' आणि 'मानसी' हे त्यांचे दोन कवितासंग्रह प्रसिद्ध झाले. पण कवितेपेक्षा कादंबरीलेखनाकडे त्यांचा ओढा जास्त होता. १८५७मध्ये भारतात तीन मोठ्या विद्यापीठांची स्थापना झाली. त्यातल्या कोलकाता विद्यापीठाचे पहिले पदवीधर बनण्याचा मान बंकिमचंद्र यांच्याकडे जातो. बी.ए. झाल्या झाल्या डेप्युटी मॅजिस्ट्रेट म्हणून त्यांची नेमणूक झाली. पुढे डेप्युटी कलेक्टर म्हणून त्यांनी बंगाल आणि ओरिसा प्रांतात अनेक ठिकाणी काम केले. इंग्रजी राजवटीविषयी तिरस्कार असूनही त्यांनी शिक्षण पूर्ण झाल्यावर इंग्रज सरकारचीच नोकरी पत्करली. त्यामागे आपल्या शिक्षणाचा, उच्च पदाचा उपयोग देशवासीयांसाठी काही करण्यासाठी व्हावा, हाच हेतू बंकिमचंद्रांच्या मनात असावा. सुंदरबनातल्या चोर-दरोडेखोरांपासून उन्मत्त इंग्रज अधिकाऱ्यांपर्यंत सगळ्या अपराध्यांना त्यांच्या कठोर कारवाईला अनेकदा सामोरे जावे लागले. सरकारी नोकरी करताना त्यांनी स्वाभिमान सोडला नाही. पण काही तडजोडी मात्र त्यांना स्वीकाराव्या लागल्या होत्या. अर्थात या तडजोडींमुळेच देशप्रेम जागवणारे त्यांचे लेखन लोकांपर्यंत पोहोचले आणि लोकप्रियही झाले. *आनंदमठ* ही त्यांची कादंबरीही त्याचमुळे जप्तीच्या शिक्षेतून वाचली. 'वंदे मातरम्' हे गीत *आनंदमठ* या कादंबरीमुळेच अधिक प्रसिद्ध झाले आणि देशभक्त, क्रांतिकारक आणि सर्वसामान्य भारतीय जनता या सगळ्यांमध्ये स्वातंत्र्याचे स्फुल्लिंग चेतवत राहिले.

नोकरीत सतत बदल्या होत असल्या तरी बंकिमचंद्रांचे लिखाण चालूच होते. १८६५मध्ये *दुर्गेशनंदिनी* ही त्यांची पहिली बंगाली कादंबरी प्रसिद्ध झाली. त्यापूर्वी ही त्यांची *Rajmohan's Wife* ही इंग्लिश कादंबरी प्रकाशित झाली होती. *दुर्गेशनंदिनी*नंतर *कपालकुंडला, मृणालिनी, विषवृक्ष, इंदिरा, चंद्रशेखर, कृष्णकांतेर वील* या बंकिमचंद्रांच्या कादंबऱ्या पाठोपाठ प्रसिद्ध होत राहिल्या. ईश्वरचंद्र गुप्त हे बंकिमचंद्रांसाठी साहित्यक्षेत्रात गुरुस्थानी होते. त्यांच्या देशभक्तीपर विचारांचा बंकिमचंद्रांच्या लेखक म्हणून घडणीत मोठा वाटा होता. ईश्वरचंद्रांनीही त्यांच्या लेखनात भारताला 'जननी मातृभूमी' असे संबोधले होते. वैदिक वाङ्मयातले भूमीचे मातृरूप गुरूच्या लेखणीतूनच पुन्हा प्रत्ययाला आल्यामुळे 'वंदे मातरम्'चे बीज नकळत रोवले गेले असेल का? असेलही कदाचित. अशा अजोड कलाकृतींमागची प्रातिभप्रक्रिया फार क्वचित नेमकेपणाने प्रकट होते.

१८५७च्या स्वातंत्र्यसंग्रामानंतरचा काळ हा भारताच्या सामाजिक स्थित्यंतराच्या दृष्टीने महत्त्वाचा काळ होता. ईश्वरचंद्र विद्यासागर, राजा राममोहन रॉय यांच्यामुळे बंगालमध्ये नवजागृती निर्माण होत होती. देशभक्तीला समाजसुधारणेची जोड मिळाली होती. अनेक नव्या सांस्कृतिक प्रवाहांचा उदय होत होता. याच काळात लेखक म्हणून बंकिमचंद्रांचा लौकिक वाढत होता. त्यांच्या प्रारंभीच्या लेखनावर कौटुंबिक वातावरण आणि स्वप्नाळू व्यक्तिरेखांचा पगडा होता. पण त्यांच्या मनातल्या प्रखर देशभक्तीला बंगालमधील पुनर्जागरणाच्या लाटेने नवी चेतना दिली आणि आपल्या लेखणीचा उपयोग लोकांच्या मनातली देशभक्ती जागवण्यासाठी केला पाहिजे, असा ध्यासच त्यांना लागला.

भारतीय पुनरुत्थानाचे वारे सर्वसामान्य जनतेपर्यंत पोहोचवण्यासाठी साहित्य हे त्या काळात प्रभावी साधन होते. त्याचा योग्य वापर बंकिमचंद्रांनी केला. समाजातले चैतन्य जागृत व्हावे आणि आपल्या प्राचीन मूल्यांची जोपासनाही केली जावी, अशी त्यांची विचारसरणी होती. त्यांचे हेच विचार त्यांच्या साहित्यात उमटले. त्यांच्या भाषेत नव्याजुन्याचा सुरेख संगम होता आणि संपूर्ण देश त्या वेळी ज्या नव्या अस्मितेने धगधगून उठला होता, त्या अस्मितेचा स्पर्श त्यांच्या शब्दांना होता. म्हणूनच बंकिमचंद्रांचे लेखन घराघरांत आणि मनातही पोहोचले.

बंकिमचंद्रांनी स्वत: स्वातंत्र्यलढ्यात प्रत्यक्ष भाग घेतला नसला किंवा चळवळ पुढे नेणारी ज्वलंत भाषणे दिली नसली तरी सर्वसामान्यांच्या मनातली स्वातंत्र्याची ऊर्मी जिवंत ठेवण्याचे काम त्यांच्या लेखणीने केले. त्यांची देशभक्ती भारतातल्या सांस्कृतिक बैठकीवर आधारलेली होती आणि त्यांच्या मनातल्या परिपूर्ण मानवाविषयीच्या संकल्पनेला आधुनिक शिक्षणाची जोड होती. देशाच्या भूतकालीन चैतन्याच्या सोबतीने भविष्यातली वाटचाल करण्याबाबत त्यांच्या साहित्यातून स्पष्ट झालेली त्यांची भूमिका साहित्यिक म्हणून जशी त्यांचे वेगळेपण अधोरेखित करत राहिली तशी ती तत्कालीन सामाजिक-सांस्कृतिक परिस्थितीत बंकिमचंद्रांच्या ऋषितुल्य द्रष्टेपणालाही उठाव देत राहिली. रवींद्रनाथ टागोरांची बंकिमचंद्रांशी जेव्हा पहिली भेट झाली तेव्हा 'वंगीय साहित्याग्रणींच्या मालिकेतून स्पष्टपणे वेगळे' असे बंकिमांचे दर्शन त्यांना झाल्याचे स्वत: रवींद्रनाथांनीच म्हटले आहे. 'राष्ट्रीय प्रगतीच्या चिरकालिक उभारणीसाठी त्यांनी आमच्यासाठी एकमेव पाया घालून दिला', हे रवींद्रनाथांचे बंकिमचंद्रांविषयीचे

The supreme service of Bankim to his nation was that he gave us the vision of our Mother. The bare intellectual idea of the Motherland is not in itself a great driving force; the mere recognition of the desirability of freedom is not an inspiring motive... It is not till the Motherland reveals herself to the eye of the mind as something more than a stretch of earth or a mass of individuals, it is not till she takes a shape as a great Divine and Material power in a form of beauty that can dominate the mind that these petty fears and hopes vanish in the all-absorbing passion for the Mother and her service, and the patriotism that works miracles and saves a doomed nation is born.

- Sri Aurobindo

उद्गारही बंकिमचंद्रांची जीवनधारणा स्पष्ट करणारे आहेत.

बंकिमचंद्रांचे कार्य भारतीय जनतेपुढे खऱ्या अर्थाने मांडले ते योगी अरविंदांनी. अरविंद घोष हे स्वत: साहित्यिक, पत्रकार आणि क्रांतिकारक होते. अरविंदांनी बंकिमचंद्रांचे वर्णन 'भारतीय राष्ट्रवादाचे सर्वाधिक प्रभावशाली प्रेषित' असे केले आहे. त्यांच्या मते देशभक्तीचा धर्म, राष्ट्रधर्म हाच बंकिमांच्या लेखनाचा प्राण होता. 'राष्ट्राला पुनरुत्थानाच्या नि स्वतंत्रतेच्या मार्गावर नेणारे जे नवचैतन्य समाजात प्रकट झालेले दिसते, त्याचे स्फूर्तिदाते आणि राजनैतिक गुरू बंकिमचंद्रच होत', अशी नि:शंक ग्वाही योगी अरविंदांनी 'वंदे मातरम्' या वृत्तपत्रातल्या लेखात दिली होती. अर्थात हे शब्द अवाजवी नव्हतेच. कारण बंकिमचंद्रांची भूमिका पारंपरिक हिंदू तत्त्वज्ञानाच्या प्रचारकाची नव्हती. भारतीय परंपरेच्या समन्वित प्रभावाखाली देशातल्या विविध सामाजिक घटकांना एकत्र आणण्याचे आणि त्यांना एक राष्ट्रीय म्हणून संघटित करण्याचे सामर्थ्य बंकिम चंद्रांच्या लेखणीत होते. खरे सांगायचे तर बंकिमांच्या लेखनात प्राचीन भारतीय परंपरेचा पुनर्जन्म झाला आणि त्याने अधिक निकोप आणि नवी सामाजिक बैठक निर्माण केली.

बंकिमचंद्रांनी साहित्याच्या माध्यमातून केलेली समाजजागृती, इथल्या प्राचीन संस्कृतीची, त्यातल्या जीवनधारणांची त्यांनी आपल्या लेखनातून करून दिलेली ओळख आणि राष्ट्रनिर्मिती आणि राष्ट्रउभारणीविषयीचा त्यांचा क्रियाशील आदर्शवाद आजही अनुसरण्याजोगा आहे.

> *बंकिमचंद्र यांनी रचलेलं 'वंदे मातरम्' आता सर्वत्र बंगालमध्ये खूपच लोकप्रिय झालं आहे. स्वदेशीच्या आंदोलनात बंगालमध्ये झालेल्या विशाल सभांमध्ये जमलेले लाखो लोक बंकिमचंद्रांचं हे गीत गातात. असं म्हणतात, की हे गीत आमचं राष्ट्रगीतच असावं इतकं लोकप्रिय झालं आहे. अनेक राष्ट्रगीतांच्या तुलनेत हे अतिशय भावोत्कट आणि मधुर गीत आहे. इतर ठिकाणी राष्ट्रगीतांमध्ये दुसऱ्याविषयी निंदाजनक भाव व्यक्त होतात. 'वंदे मातरम्'मध्ये मात्र असे कुठलेही दोष नाहीत. आमच्यामध्ये देशभक्तीची भावना जागृत करणं हा या गीताचा एकमेव केंद्रबिंदू आहे. कवी भारतालाच आई मानतात आणि तिच्या प्रशंसेचं गीत गातात. आपल्या स्वत:च्या आईमध्ये आपण जे सद्‌गुण पाहतो, ते सगळे सद्‌गुण कवीनं भारतमातेमध्ये पाहिले आहेत. जशी आपण आईची पूजा करतो, तसेच हे गीतही भारतभूची केलेली वंदनाच आहे. या गीतातले बरेचसे शब्द संस्कृत असले तरी ते समजायला सोपे आहेत आणि त्यामध्ये बंगाली भाषा असली तरी हे गीत कोणीही सहजपणानं गाऊ शकतं. हे गीत इतक्या उच्च कोटीचं आहे की ते गुजराथी आणि देवनागरीमध्येही आम्ही प्रसिद्ध करतो आहोत.* ”
>
> **- महात्मा गांधी** *(१९०५)*

'वंदे मातरम्' या गीताच्या निर्मितीमागे बंकिमचंद्रांचे असे निरंजन व्यक्तिमत्त्व, उत्कट राष्ट्रवाद, अजोड साहित्यगुण, आणि नव्या-जुन्याची सांगड घालणारी पारदर्शक विचारसरणी आहे. या पार्श्वभूमीवर 'वंदे मातरम्'ची निर्मिती समजून घेणे अधिक सयुक्तिक ठरावे.

'वंदे मातरम्'ची निर्मिती

'वंदे मातरम्' हे गीत ज्या कालखंडात लिहिले गेले, त्या कालखंडात बंकिमचंद्र चटर्जी हे नाव भारतीय, विशेषत: बंगाली साहित्यक्षेत्रात सर्वांना परिचित झाले होते. कादंबरीकार म्हणून त्यांचा लौकिक होता. सरकारी नोकरीच्या धावपळीतही त्यांची सर्जनशीलता टिकून होती. आजूबाजूच्या वातावरणाचा, घटनांचा आणि अनेकानेक व्यक्तींचा स्पष्ट-अस्पष्ट परिणाम बंकिमचंद्रांच्या लेखनावर होत होता. 'वंदे मातरम्' हे गीतही एका बैठकीत उत्स्फूर्तपणे लिहून झाल्यासारखे वाटत असले तरी त्यापूर्वीच्या अनेक घटनांनी या गीताची पायाभरणी केली आहे.

१८६७मध्ये राष्ट्रीय भावना जागृत करणाऱ्या हिंदू मेळ्याचा प्रारंभ बंगालमध्ये झाला. हा मेळा म्हणजे 'इंडियन नॅशनल काँग्रेस'च्या निर्मितीची पूर्वतयारी होती. जन्मभूमीचा गौरव करणारी गीते आणि कविता म्हणणे, कला, उद्योगधंदे यांचे प्रदर्शन भरवणे आणि बुद्धिमत्ता आणि विविध कौशल्यांना उत्तेजन देणे ही या मेळ्याची उद्दिष्टे होती. ११ एप्रिल १८६८ रोजी या मेळ्याचे दुसरे अधिवेशन भरले होते. त्या वेळी रवींद्रनाथ टागोरांचे ज्येष्ठ बंधू सत्येंद्रनाथ टागोर यांनी रचलेले 'जयभारतेर जय' हे गीत गायले गेले. बंकिमचंद्रांवर या गीताचा विलक्षण प्रभाव पडला होता.

मिले सब भारत सन्तान
एकतान मनप्राण
गाओ भारतेर यशोगान ।।
भारत भूमिर तुल्य आछे कोन् स्थान?
कोन् अद्रि हिमाद्रि समान?
फलवती, वसुमती, स्रोतस्वती पुण्यवती
शतखनि रत्नेर निधान ।।

हे गीत ऐकल्यानंतर *बंगदर्शन* या आपल्या मासिकात बंकिमचंद्रांनी लिहिले, 'हे महागीत अखिल राष्ट्राचे गीत बनो. हिमालयाच्या दऱ्याखोऱ्यांतून त्याचे प्रतिध्वनी उमटू लागोत.'

या गीताप्रमाणेच इतरही काही गोष्टींनी 'वंदे मातरम्'चे बीज बंकिमचंद्रांच्या मनात रुजवले. गंगेच्या तीरावरच्या चेचुंडा या लहानशा गावातल्या एका घटनेचा 'वंदे मातरम्'शी जवळचा संबंध आहे. बंकिमचंद्रांनी स्वतःच या प्रसंगाविषयी लिहिले आहे.

काही कामानिमित्ताने बंकिमचंद्र चेचुंडाला गेले होते. गंगेच्या काठावर एका घराच्या व्हरांड्यात ते बसले होते. पावसाळ्याचे दिवस होते आणि वेळ संध्याकाळची. अंधार दाटून आला होता. पावसाने जरा विश्रांती घेतल्यामुळे आकाश स्वच्छ होते. गंगेच्या शांत, विस्तीर्ण प्रवाहावर चांदण्यांचा प्रकाश उतरला होता. कुणालाही सहज एखादी कविता सुचावी, असे ते मंत्रभारले वातावरण होते. दुधात साखर पडावी तसे हे दृश्य पाहणारी व्यक्ती म्हणजे बंकिमचंद्र चटर्जी होते. त्यांची सर्जनशीलता अशा वेळी उमलली नसती तरच

नवल. अर्थात त्या वेळी त्या दृश्यामुळे उचंबळून आलेल्या भावना ते इतर कवींच्या कवितांमध्ये शोधत राहिले. त्यांना कालिदास आठवला, भवभूती आठवला. हेम चंद्र, नवीनचंद्र आणि मधुसूदन या अर्वाचीन बंगाली कवींच्या शब्दांचाही त्यांनी मागोवा घेतला; पण त्यांच्या मनाची तगमग काही केल्या मिटेना. स्वत:चे शब्दही त्यांच्या व्याकूळ अवस्थेला प्रतिसाद देईनात. तेवढ्यात गंगेच्या पात्रातून काही शब्द त्यांच्यापर्यंत येऊन पोहोचले. मासेमारी करणारे कोळी नाव वल्हवताना गात होते -

साधो आंछे, मा, मने ।
दुर्गाबले प्राण त्यजिब जाह्नवी जीवने ।।

'गंगेच्या प्रवाहाला दुर्गा समजून आम्ही प्राणही अर्पण करू', अशा अर्थाच्या त्या लोकगीताने आणि त्याच्या सुरांनी बंकिमचंद्रांची अस्वस्थता पार निवली.

बंगाल हा देवी दुर्गेच्या पूजनाला महत्त्व देणारा प्रदेश. रणरागिणीच्या रूपात शत्रूंचा नि:पात करणारी दुर्गा हे बंगाल प्रांताचे आराध्य दैवत आहे. सिंहारूढ, दशभुजा दुर्गा पायदळी गेलेल्या शत्रूला शस्त्राने विदीर्ण करते. तिच्या या रूपातच बंकिमचंद्रांना भारतमातेचे दर्शन झाले. बंकिमचंद्रांच्या कांटालपाडा इथल्या मोठ्या हवेलीमध्येही दुर्गापूजा धामधुमीत साजरी व्हायची. सगळा गाव या उत्सवाला हजर असायचा. एकदा या उत्सवाच्या काळात त्यांच्या घरी कुण्या एका गायकाने 'एसो एसो बंधू' हे गाणे म्हटले होते. या गाण्यानेही बंकिमचंद्र हेलावून गेले होते आणि त्यांच्या मनाची फार फार तरल अवस्था झाली होती. 'वंदे मातरम्' लिहिल्यानंतर १८७५ मध्ये 'एक टी गीत' या लेखात त्यांनी हे गीत नमुन्यादाखल दिले होते. शिवाय 'आमार दुर्गोत्सव' या १८७५ मधल्याच लेखात 'वंदे मातरम्'ची प्रेरणा त्यांना कशी मिळाली असेल, याची कल्पना येते. हे गीत लिहिण्यापूर्वीची त्यांची संपूर्ण मनोवस्था 'आमार दुर्गोत्सव'मध्ये प्रकट झाली आहे. 'वंदे मातरम्'मध्ये देवी स्वरूपातल्या मातृभूमीचे पद्यात्मक वर्णन आहे; तर 'आमार दुर्गोत्सव'मध्ये असेच वर्णन संस्कृतप्रचुर, पण तेजस्वी आणि ओघवत्या गद्यशैलीत आहे. चुचुंडा इथल्या प्रसंगाचा प्रभावही या लेखातल्या वर्णनावर आहे.

याचाच अर्थ, 'वंदे मातरम्' हे एका झपाट्यात लिहिले गेले नसणार. या गीतामागे बंकिमचंद्रांचे प्रदीर्घ काळचे चिंतन एकवटले आहे. या चिंतनातून मातृभूमीचे एक तेजस्वी स्वरूप त्यांच्या अंतर्दृष्टीपुढे साकार झाले होते. मोठ्या

तपश्चर्येनंतर साक्षात्कारी ज्ञानाची प्राप्ती व्हावी, तसे मातृभूमीचे दर्शन सगुण साकार स्वरूपात त्यांना झाले आणि मग एका अनाम ऊर्मीत त्यांच्या लेखणीतून 'वंदे मातरम्' उमटले. 'आमार दुर्गोत्सव' या लेखानंतर लगेचच 'वंदे मातरम्'ची निर्मिती झाली. तो दिवस होता, शके १७९७, कार्तिक शुद्ध नवमी, म्हणजेच ७ नोव्हेंबर १८७५.

एका साक्षात्कारी क्षणी 'वंदे मातरम्'चा जन्म झाला होता आणि त्यामुळेच की काय या गीताला अक्षय आयुष्य मिळणार, असे बंकिमचंद्रांना त्यांचे मन सांगत होते. योगायोगाची गोष्ट म्हणजे कार्तिक शुद्ध नवमी ही तिथी 'अक्षय नवमी' म्हणूनही ओळखली जाते.

अर्थात 'वंदे मातरम्' लिहिले गेले आणि ते अल्पावधीत लोकप्रिय झाले, असे मात्र झाले नाही. एक प्रकारे बंकिमचंद्रांच्या हयातीत, या गीताच्या वाट्याला काहीशी उपेक्षाच आली. 'वंदे मातरम्' लिहून पूर्ण झाले, तेव्हाचा प्रसंगही बंकिमचंद्रांसाठी थोडासा क्लेशकारकच होता.

१८७२ ते १८७६ या काळात बंकिमचंद्र *बंगदर्शन* पत्रिकेचे संपादक होते. ७ नोव्हेंबर १८७५ या दिवशी या पत्रिकेचा मजकूर कंपोज होत होता. पण थोडी जागा शिल्लक होती. ती भरण्यासाठी लहानशा मजकुराची गरज होती. म्हणून *बंगदर्शन*चे व्यवस्थापक रामचंद्र बॅनर्जी बंकिमबाबूंकडे आले. त्यांना टेबलावर ठेवलेली बंकिमचंद्रांची ताजी कविता दिसली. ''एवढ्यानं काम भागून जाईल'', असे ते बंकिमचंद्रांना म्हणाले. तेव्हा बंकिमबाबू उद्वेगाने म्हणाले, ''ही कविता चांगली की वाईट हे आत्ता कदाचित कुणाला कळणार नाही. जेव्हा तिचा अर्थ कळेल तेव्हा मी कदाचित जिवंतही नसेन. पण एक दिवस असा येईल की सगळ्या देशवासीयांना या गीताचं महत्त्व कळेल.'' आणि त्यांनी ती कविता टेबलाच्या खणात ठेवून दिली.

'वंदे मातरम्' लिहून झाले आणि बंगालच्या साहित्यिक वर्तुळात ते पोहोचलेही. बंकिमचंद्रांच्या घरीही अनेक लेखक मित्रमंडळींच्या चर्चा चालायच्या. नवीन लेखनाचे वाचन व्हायचे. तसे 'वंदे मातरम्'चेही वाचन झाले. पण हे गीत फारसे कुणाला आवडले नाही. कुणाला त्यातले व्याकरण खटकले, कुणाला त्यातले अर्धे बंगाली, अर्धे संस्कृत रुचले नाही. कुणाला त्यातली शब्दरचना ऐकायला कठीण वाटली. बंकिमचंद्र मात्र हे सगळे आक्षेप ऐकूनही ठाम होते. ''मला जे

When I set tune to the song Vande Mataram and sang it before a vast assemblage of people in a Congress session held in Calcutta, I felt myself electrified from top to toe and my very existence was overwhelmed with a deep emotion. It was not a song, it was molten fire and every line and every word of it engulfed the audience. This sacred mantra which we received from a seer, intensified the nation's desire for freedom during the first decade of this country when the whole country was convulsed following the rash and mad act of an unscrupulous imperialist in the person of Lord Curzon.

During the days of the Partition on Bengal, it was but too patent to the Government that the national mantra Vande Mataram was the most powerful of forces behind the awakening of the nation. They therefore banned the cry. And because of the ban, the skies of Bengal rang with a redoubled force with the holy cry of open and courageous worship of the Mother rising out of the throbbing heart of the nation.

- Rabindranath Tagore

चांगलं वाटलं ते मी लिहिलं. लोकांना काय आवडेल, याचा विचार करत लेखन करणं हा माझा पिंड नाही.'' असे त्यांनी मित्रमंडळींनाही सांगितले.

'वंदे मातरम्' खऱ्या अर्थाने लोकांसमोर आले ते बंकिमचंद्रांच्याच *आनंदमठ* या कादंबरीतून. १८८० ते १८८२ या काळात *बंगदर्शन*मधून *आनंदमठ* क्रमश: प्रसिद्ध झाली. देशाकरिता जगणाऱ्या आणि देशाकरिता मरणाऱ्या क्रांतिकारक संन्याशांची कथा या कादंबरीत बंकिमचंद्रांनी सांगितली आहे. *आनंदमठ* प्रसिद्ध झाल्यानंतर 'वंदे मातरम्'लाही अधिक मान्यता मिळाली. हे गीत कादंबरीच्या कथानकाशी इतके एकजीव झाले आहे की ते आधीच स्वतंत्ररीत्या लिहिले गेले आहे, याची कल्पनाही येऊ नये. *आनंदमठ* ही कादंबरी आणि त्यातले गीत या दोन्ही बंगालच्या आणि देशाच्याही इतिहासात क्रांतिकारक गोष्टी ठरल्या. बंगालमधल्या सशस्त्र क्रांतीच्या उठावाचे श्रेय याच पुस्तकाला आहे. १८८२ ते १८९२ या काळात *आनंदमठ*च्या पाच आवृत्त्या निघाल्या. मात्र 'वंदे मातरम्' हा राष्ट्रमंत्र होण्यासाठी १९०५ हे साल उजाडावे लागले.

निर्मितीनंतरची वाटचाल

८ एप्रिल १८९४ रोजी बंकिमचंद्रांचे निधन झाले. त्यांच्या हयातीत 'वंदे मातरम्' आणि *आनंदमठ* या दोन्ही साहित्यकृतींचा क्रांतिकारी परिणाम घडून आला नाही. अर्थात या गीतामुळे किंवा कादंबरीमुळे झटपट काही क्रांती घडावी, असे स्वत: बंकिमबाबूंनाही वाटले नसेल. पण समाजाच्या कृतिशून्यतेमुळे मात्र ते फार निराश झाले होते.

बंकिमचंद्रांच्या मृत्यूनंतर दोन वर्षांनी - म्हणजे २८ डिसेंबर १८९६ रोजी कलकत्त्याच्या विडन उद्यानात (आजचे रवींद्र कानन) राष्ट्रीय सभेचे बारावे अधिवेशन भरले होते. १८८५मध्ये राष्ट्रीय सभेची स्थापना झाल्यापासून भारतीय स्वातंत्र्याच्या इतिहासाच्या नव्या पर्वाचा उदय झाला होता. 'ब्रिटिश राजवटीविरुद्धच्या वाढत्या प्रक्षोभाला बाहेर पडण्यासाठीची वाट करून देणारी सुरक्षाझडप (सेफ्टी व्हॉल्व) म्हणून राष्ट्रीय सभेचा जन्म झाला', असे योगी अरविंदांनी म्हटले होते.

१८९६च्या अधिवेशनात महाकवी रवींद्रनाथांनी 'वंदे मातरम्'चे पहिले जाहीर गायन केले. ही चाल त्यांनी स्वत: तयार केलेली होती. १९०१मध्ये राष्ट्रीय सभेचे अधिवेशन पुन्हा एकदा कोलकाता येथेच भरले होते. त्या वेळी दक्षिणारंजन सेन यांच्या संगीतरचनेनुसार 'वंदे मातरम्' गायले गेले; आणि त्या वर्षापासून प्रत्येक अधिवेशनाची सुरुवात 'वंदे मातरम्' ने होण्याची प्रथाच सुरू झाली. हळूहळू 'वंदे मातरम्' हे गीत बंगालच्या भूमीत सगळीकडे रुजले; पण भारतभरात त्याचा उद्घोष होण्यासाठी एक ठिणगी आवश्यक होती.

या दृष्टीने १९०५ हे वर्ष विशेष ठरले. बंगालच्या फाळणीची घोषणा ब्रिटिशांनी केली आणि त्याचा सर्वत्र भारतात निषेध झाला. भारतीयांमध्ये वाढत चाललेली राष्ट्रीयत्वाची जाणीव नष्ट करण्यासाठी हिंदू-मुसलमानांमध्ये फूट पाडण्याचे प्रयत्न ब्रिटिशांनी सुरू केले. लॉर्ड कर्झन या व्हाईसरॉयने २० जुलै १९०५ या दिवशी बंगालच्या फाळणीची घोषणा केली. वरवर पाहता राज्यकारभाराची सोय हे ब्रिटिशांनी फाळणीचे कारण दिलेले असले तरी हिंदू-मुसलमानांना वेगळे करण्याचाच हेतू या फाळणीमागे होता. या निर्णयामुळे संपूर्ण बंगाल पेटून उठला. सगळ्या बंगाली जनतेने कर्झनच्या या निर्णयाला विरोध करण्याची जोरदार तयारी केली.

७ ऑगस्ट १९०५ रोजी कोलकाताच्या कॉलेज चौकात हजारो विद्यार्थ्यांची

सभा भरली. टाऊन हॉल या ठिकाणी ठरलेली सभा प्रचंड गर्दीमुळे चार ठिकाणी घ्यावी लागली. या तापलेल्या वातावरणात एक जण उठून मोठ्याने म्हणाला - 'वंदे मातरम्'. आणि अक्षरश: चमत्कार झाल्यासारखा हा मंत्र सगळ्यांनी उचलून धरला. 'वंदे मातरम्'च्या घोषणा त्या गर्दीतून लाटांसारख्या उसळायला लागल्या. 'वंदे मातरम्' या शब्दांचा भारतीय स्वातंत्र्यलढ्याचा युद्धमंत्र म्हणून प्रकट उच्चार झाला तो असा!

यानंतर वंगभंग चळवळीचा 'वंदे मातरम्' हा स्फूर्तिमंत्रच बनला. या चळवळीमुळे सगळ्या देशभरात राष्ट्रीय जागृतीची महाकाय लाट निर्माण झाली आणि 'वंदे मातरम्' हे स्वातंत्र्यलढ्यातले प्रभावी हत्यार बनले.

राष्ट्रीय सभेचे एकविसावे अधिवेशन १९०५मध्ये बनारसमध्ये भरले होते. बंगालच्या फाळणीविषयीचा असंतोष या अधिवेशनाच्या पाठीशी होताच. या अधिवेशनात रवींद्रनाथ टागोरांची भाची सरलादेवी चौधुरानी उपस्थित होत्या. त्या स्वत: कवयित्री आणि गायिका असल्यामुळे त्यांनी 'वंदे मातरम्' म्हणावे असा आग्रह श्रोत्यांनी केला. मात्र अध्यक्षस्थानी असलेल्या, मवाळ वृत्तीच्या नामदार गोपाळकृष्ण गोखले यांना 'वंदे मातरम्'मुळे अधिवेशनावर सरकारी रोष ओढवेल, अशी काळजी होती. त्यामुळे त्यांनी हे गीत गाण्याची परवानगी नाकारली. पण श्रोत्यांनी आपला हट्ट सोडला नाही. तेव्हा त्यांनी एक कडवे म्हणण्याची संमती दिली. सरलादेवींच्या मधुर कंठातून 'वंदे मातरम्' सुरू झाले आणि ते संपूर्ण गाऊनच त्या थांबल्या. 'वंदे मातरम्'च्या घोषाने मग सगळे अधिवेशन दणाणून उठले.

'वंदे मातरम्' हा मंत्र हळूहळू सामान्य नागरिकांपर्यंत पोहोचला आणि इंग्रज सरकारला त्याचे उपद्रवमूल्य लक्षात आले. त्यामुळे सरकारी पातळीवरून 'वंदे मातरम्'च्या गायनाला आणि हे शब्द उच्चारण्यालाही मनाई केली गेली. पण याचा उलटा परिणाम झाला. 'वंदे मातरम्'चा प्रभाव आणखी वाढत गेला.

अखेर लॉर्ड कर्झनला माघार घ्यावी लागली आणि बंगालच्या फाळणीच्या निर्णयामुळे त्याला इंग्लंडला परत जावे लागले. अर्थात यामुळे ब्रिटिशांच्या भारतीयांबद्दलच्या धोरणात मात्र काही फरक पडला नाही. कर्झनच्या जागी आलेल्या लॉर्ड मिंटोची कारकीर्दही दडपशाहीचीच होती. पण यामुळे 'वंदे मातरम्'चा जागर आणखी वाढला. त्याला युद्धाच्या आव्हानाचे स्वरूप येऊ लागले. नव्याने निर्माण झालेल्या राष्ट्रवादाचा 'वंदे मातरम्' हा विजयघोष बनला. सगळ्या बंगालमधील गल्ल्या न् गल्ल्या या परवलीच्या शब्दाने दुमदुमून गेल्या. 'वंदे मातरम्'पासून स्फूर्ती घेऊन अक्षरशः शेकडो कवींनी स्फूर्तिगीते लिहिली आणि देशभरात चैतन्य निर्माण केले. 'वंदे मातरम्'च्या उद्घोषाखेरीज एकही सभा होईनाशी झाली. देशभरात आगडोंब उसळला. 'वंदे मातरम्'चा जयघोष दडपण्यासाठी ब्रिटिश नोकरशाहीनेही शस्त्रे उपसली. पण 'वंदे मातरम्'ने भारतीय जनतेच्या मनात जागवलेली आग शांत होणार नव्हती.

खुदीराम बोस यांनी किंग्जफोर्ड या उन्मत्त ब्रिटिश न्यायाधीशाला मारण्याच्या उद्देशाने बॉंब टाकला. या प्रकरणात त्यांच्यावर खटला चालला आणि त्यांना फाशीची शिक्षा झाली. ११ ऑगस्ट १९०८ रोजी त्यांना फाशी झाली. दुसऱ्या दिवशी या हुतात्म्याच्या प्रचंड मोठ्या अंत्ययात्रेत हजारो कंठातून 'वंदे मातरम्' हाच घोष निनादत होता. लखनौजवळ रेल्वेमधून सरकारी रोकड लुटण्याचा प्रयत्न करणारे, काकोरी कटातले क्रांतिकारक रामप्रसाद बिस्मिल यांनाही फासावर

> *" 'वंदे मातरम्' हे गीत ३० वर्षांहून अधिक काळ भारतीय राष्ट्रवादाशी निगडित आहे आणि यात असंख्य भावभावनांच्या स्मृती आणि बलिदानं अंतर्भूत आहेत. लोकगीतं ही आदेश देऊन बनवली जात नाहीत वा ती कोणावर लादलीही जाऊ शकत नाहीत. ती जनमानसात आपोआपच विकसित होतात."*
>
> **- पंडित जवाहरलाल नेहरू**, *१९३८*

चढावे लागले. त्यांनीही १६ डिसेंबर १९२७ या दिवशी 'वंदे मातरम्'चा उद्घोष करतच शिक्षेचा स्वीकार केला.

चितगाँगच्या शस्त्रागारावर क्रांतिकारकांनी टाकलेली धाड ही भारताच्या स्वातंत्र्यलढ्यातली महत्त्वाची आणि रोमांचकारी घटना आहे. या ठिकाणी ब्रिटिशांची सशस्त्र सेना आणि तरुण देशभक्त यांच्यात छोटे युद्धच झाले. या हल्ल्याचे नेतृत्व सूर्यसेन आणि अनंतसिंह यांच्याकडे होते. दुर्दैवाने हा हल्ला यशस्वी झाला नाही. सूर्यसेन आणि तारकेश्वर यांना फाशीची शिक्षा झाली. १९३४ मध्ये १२ फेब्रुवारीला सूर्यसेनांना चितगाँगच्या कारागृहातल्या वधस्तंभाकडे नेले गेले. त्यांनी एकाएकी 'वंदे मातरम्' अशी गगनभेदी गर्जना केली. त्याबरोबर कारागृतल्या सगळ्या राजबंद्यांनी त्यांना एकमुखाने साथ दिली - 'वंदे मातरम्'. यामुळे पोलीस चिडले. त्यांनी सूर्यसेनांसह सगळ्या कैद्यांवर लाठीमार केला. सूर्यसेन रक्तबंबाळ होऊन बेशुद्ध पडले. दुसऱ्या दिवशी त्यांना बेशुद्धावस्थेतच फासावर चढवले गेले.

'वंदे मातरम्' ही घोषणा यापूर्वीच परदेशातही पोहोचली होती. बंगालच्या फाळणीमुळे सुरू झालेल्या वंगभंग आंदोलनाची आणि इंग्रजांनी भारतात चालवलेल्या दडपशाहीची माहिती परदेशात पसरत होती. १९०७मध्ये जर्मनीतल्या स्टुटगार्ट या ठिकाणी आंतरराष्ट्रीय सोशालिस्ट काँग्रेसचे अधिवेशन भरणार होते. या अधिवेशनात भारताच्या स्वातंत्र्याविषयीचा ठराव मांडण्यासाठी मादाम कामा आणि सरदारसिंगजी राणा गेले होते. मादाम कामा यांनी 'वंदे मातरम्' हे शब्द लिहिलेला भारताचा राष्ट्रध्वज या अधिवेशनात फडकवला आणि खणखणीत आवाजात भारताच्या स्वातंत्र्याची मागणी करणारा ठराव मांडला. तो संमतही झाला.

उच्च शिक्षणासाठी लंडनमध्ये गेलेला मदनलाल धिंग्रा हा नवयुवक सावरकरांच्या सहवासात आला आणि त्याचे आयुष्यच बदलून गेले. कर्झन वायली या इंग्रज अधिकाऱ्याचा त्याने एका समारंभात खून केला आणि तो पोलिसांच्या स्वाधीन झाला. धिंग्रांना अटक झाली, त्या वेळी त्यांच्या खिशात एक कागद होता. त्यातल्या स्फोटक मजकुरामुळे तो मजकूर पुढे न्यायालयात वाचला गेला नाही. पण धिंग्रांना फाशी देण्यापूर्वी त्यांच्या खिशातल्या पत्रकावरचे 'चॅलेंज' हे वक्तव्य प्रसिद्ध व्हावे म्हणून ग्यानचंद वर्मा आणि सावरकरांनी धावपळ केली. आणि १६ ऑगस्ट १९०९ या दिवशी ब्रिटनमधल्या *डेली न्यूज'*

या वर्तमानपत्रात 'चॅलेंज' छापून आले. १७ ऑगस्टला धिंग्रांना फाशी झाली; पण या दोन दिवसात इंग्लंड आणि अमेरिकेतल्या अनेक वृत्तपत्रांनी हे पत्रक प्रसिद्ध केल्यामुळे भारताचा स्वातंत्र्यलढा, क्रांतिकारकांची चळवळ, इंग्रजांची दडपशाही आणि पत्रकाच्या शेवटी असलेले 'वंदे मातरम्' हे शब्द जगाच्या कानाकोपऱ्यात पोहोचले.

भारतीय स्वातंत्र्यलढ्याच्या काळात 'वंदे मातरम्' हा मंत्र म्हणत हौतात्म्य पत्करणाऱ्यांची यादी फार मोठी आहे. ती पाहता 'वंदे मातरम्' या तेज:पुंज शब्दांनी भारतीय स्वातंत्र्य चळवळीला त्वेषाचे अधिष्ठान दिले, असेच म्हटले पाहिजे. योगी अरविंदांच्या शब्दात सांगायचे तर 'वंदे मातरम्'ने 'श्वानवृत्ती सोडून सिंहाच्या स्वभावाचे बनून लढा हाती घ्यायला आपल्याला शिकवले'. 'वंदे मातरम्'मध्ये जाज्वल्य राष्ट्राभिमान आहे आणि मातृभूमीविषयीचे गाढ प्रेम आहे. त्यामध्ये वज्राचा कठीणपणा आहे आणि राष्ट्राला सर्वस्व अर्पण करण्याची समर्पित, लीन भावनाही आहे. भारताच्या स्वातंत्र्य चळवळीला या गीताने दिलेली ऊर्जा आणि प्रत्येक भारतीयाच्या मनात जागवलेला प्रखर राष्ट्रवाद हा जगाच्या इतिहासात एकमेवाद्वितीय म्हणावा, असाच आहे.

'वंदे मातरम्'चे संगीत

'वंदे मातरम्'ची निर्मिती झाल्यानंतर पुढच्या काळात या गीताला चाल देण्याचा आणि त्याचे गायन करण्याचा मोह अनेक संगीतकार आणि गायकांना झाला.

It is possible for anybody ever imagine to make any distinction between his own mother and his motherland by whose grace he comes to manhood? These two names– the mother and the motherland– have their origin naturally in our hearts. It was Bankim Chandra who opened our eyes to the supremacy of the motherland through his immortal song Vande Mataram which has now spread to the four corners of India and which has taken its due place as India's national song, replacing for ever the foreign song 'God save the king'. Every true Indian, therefore, remains grateful to this great son of India. Vande Mataram is not a mere poem– it is our unquestioned and unrivalled national song which has come out of the heart of the people.

- Jagdish Chandra Bose

या दृष्टीने, राष्ट्रीय भावनेचा उच्चार करणाऱ्या या गीताचे नशीब विलक्षणच म्हणायला हवे. अनेक प्रतिभावंतांच्या सुरांचा स्पर्श या गीताला झाला आणि त्याचे मूळचे तेज आणखी झळाळून उठले. 'वंदे मातरम्'चे जन्मस्थान बंगाल असल्याने, प्रारंभीच्या काळात बंगाली संगीतकार आणि गायकांचा प्रभाव या गीतावर होता.

खुद्द बंकिमचंद्रांना संगीताची चांगली समज होती. बंगालमधले त्या काळचे मोठे गायक यदुनाथ भट्टाचार्य यांनी 'वंदे मातरम्'ची पहिली स्वरलिपी तयार केली. 'यदुभट्ट' या नावाने ओळखले जाणारे यदुनाथ भट्टाचार्य हे रवींद्रनाथांचे संगीतशिक्षक होते. त्यांनी तयार केलेल्या चालीत जगदीशराय, हेमचंद्र बॅनर्जी, रामदास सेन आणि ताराप्रसाद चट्टोपाध्याय यांनी 'वंदे मातरम्'चे गायन केले. बंकिमचंद्रांचे जवळचे स्नेही क्षेत्रनाथ मुखर्जी हे संगीतज्ज्ञ होते. त्यांनी बंकिम चंद्रांच्या घरीच 'वंदे मातरम्'साठी वेगळी चाल बांधली होती. नंतर *आनंदमठ* कादंबरीत 'वंदे मातरम्' ओवले गेले तेव्हा त्यात 'मल्हार राग आणि ताल कव्वाली' असा 'वंदे मातरम्'च्या गायनाविषयीचा उल्लेख आहे. मात्र या नंतरच्या दोन्ही संगीतरचनांमध्ये 'वंदे मातरम्'चे जाहीर गायन झाल्याचा उल्लेख सापडत नाही. १८८३मध्ये *आनंदमठ* नाट्य स्वरूपात रंगमंचावर आली आणि त्यातली 'भवानंद' ही व्यक्तिरेखा साकारणाऱ्या कलाकाराने 'वंदे मातरम्'चे रंगामंचावर गायन केले. मात्र जाहीर सभेत 'वंदे मातरम्' गाण्याचा मान रवींद्रनाथ टागोरांकडेच जातो. रवींद्रनाथ स्वतः संगीतज्ज्ञ होते. त्यांचा आवाज सुरेल होता. २८ डिसेंबर १८९६ रोजी कोलकाताच्या राष्ट्रीय सभेच्या अधिवेशनात रवींद्रनाथांनी हे गीत गायले आणि सभेचे वातावरण भारल्यासारखे झाले. रवींद्रनाथांचा पहाडी आवाज, शब्दांना महत्त्व देत बांधलेली चाल आणि त्यांचे मोठे बंधू ज्योतिरींद्रनाथ यांची ऑर्गनची साथ यामुळे सगळ्या श्रोत्यांच्या अंगावर अक्षरशः रोमांच उभे राहिले होते. रवींद्रनाथांच्या आवाजातली ही ध्वनिमुद्रिका १९०५च्या सुमारास तयार झाली. त्यापूर्वी ही चाल रवींद्रनाथांनी बंकिमचंद्रांनाही ऐकवली होती. ब्रिटिश सरकारने 'वंदे मातरम्' हे शब्द उच्चारण्यावरही बंदी घातल्यामुळे रवींद्रनाथांची काही ध्वनिमुद्रणे पॅरिसमध्ये पाठवली गेली. आजही 'वंदे मातरम्'ची ही ध्वनिमुद्रिका सुदैवाने उपलब्ध आहे. एखाद्या प्रार्थनेप्रमाणे संथ लयीत आणि त्रितालात म्हणता येईल अशी ही रचना आहे.

१९०१मध्ये दिनशा वाच्छा यांच्या अध्यक्षतेखाली झालेल्या अधिवेशनात दक्षिणारंजन दास यांनी बांधलेल्या चालीत 'वंदे मातरम्'चे गायन झाले. १९०५ च्या वाराणसीच्या अधिवेशनात सरलादेवी चौधुरानी यांनी रवींद्रनाथांच्याच चालीत हे गीत गायले. वंगभंग आंदोलनाच्या काळात प्रत्येक सभेत 'वंदे मातरम्' गायले जायचे. राष्ट्रीय सभेच्या प्रत्येक अधिवेशनाची सुरुवात 'वंदे मातरम्'नेच करण्याचा नंतर पायंडाच पडला. यासाठी राष्ट्रीय सभेने त्या काळातल्या अनेक मान्यवर गायकांना आमंत्रित केले होते.

पंडित विष्णू दिगंबर पलुस्कर यांनी राष्ट्रीय सभेच्या अधिवेशनात अनेक वेळा 'वंदे मातरम्' संपूर्ण गायले होते. काफी रागात त्यांनी बांधलेली चाल अतिशय लोकप्रिय झाली. पलुस्करांचे उच्चार अत्यंत स्पष्ट होते आणि शब्दातला भाव योग्य रीतीने प्रकट करण्याबाबतही त्यांचा कटाक्ष होता. महात्मा गांधींना त्यांनी बांधलेली ही चाल अतिशय आवडल्याची आठवण संगीतकार वि. दे. अंभईकर यांनी लिहून ठेवली आहे. आंध्र प्रदेशात काकिनाडा या ठिकाणी १९२३मध्ये राष्ट्रीय सभेचे अधिवेशन भरले होते. अधिवेशन सुरू होताना पंडित पलुस्कर 'वंदे मातरम्' गायला उभे राहिले. त्या वेळी अध्यक्षपदी असलेल्या मौलाना महंमद अलींनी त्यांना विरोध केला तेव्हा हे राष्ट्रीय सभेचे व्यासपीठ असल्याची जाणीव पलुस्करांनी त्यांना परखड शब्दात करून दिली आणि 'आपला विरोध असेल तर आपण सभास्थळ सोडून जाऊ शकता', असे बजावून 'वंदे मातरम्'चे गायन केले. विष्णू दिगंबर पलुस्करांसारख्या प्रतिभावंत कलाकाराने दाखवलेले हे धैर्य असामान्य म्हणावे लागेल.

It was indeed a fateful moment when Bengal uttered the mantra *of India's Nationalism. The overburdened heart of the nation, lacerated by alien insolence, broke into a cry that rose to heaven and brought down its light to illumine its consciousness, to strengthen its resolve to do away with all opposition and help rethrone the Mother in her won right and in her own glory. That this* mantra *contains the essential truth of Indian Nationalism, that it justified then its power in her awakening, and will yet play an immense part in a further awakening to her destiny should be no difficult matter for an Indian to understand.*

- Bal Gangadhar Tilak

रामकृष्णबुवा वझे आणि पं. भास्करबुवा बखले यांनीही राष्ट्रीय सभेच्या अधिवेशनात 'वंदे मातरम्' गायल्याचे उल्लेख आहेत. पंडित विष्णू दिगंबर पलुस्करांचे शिष्य पं. ओंकारनाथ ठाकूर आणि पं. विनायकबुवा पटवर्धन यांनीही गुरूप्रमाणे काफी रागातच हे गीत अधिवेशनांमध्ये आणि इतरही सभांमध्ये गायले होते. पुढे ओंकारनाथ ठाकूर आपल्या मैफिलींमध्येही 'वंदे मातरम्'चे गायन करायचे. १५ ऑगस्ट १९४७ रोजी स्वातंत्र्याची घोषणा होणार होती. त्या वेळी ओंकारनाथ ठाकूर मद्रासमध्ये होते. सरदार वल्लभभाई पटेलांनी त्यांना स्वातंत्र्याच्या पहिल्या दिवशी रेडिओ स्टेशनवरून 'वंदे मातरम्' गाण्यासाठी बोलावणे पाठवले. ओंकारनाथ ठाकूरांनी स्वातंत्र्याची पहाट होत असताना १५ ऑगस्ट १९४७ च्या पहाटे साडेसहा वाजता संपूर्ण देशाला 'वंदे मातरम्' ऐकवले. ही ध्वनिमुद्रिकाही उपलब्ध आहे. ओंकारनाथांचा आवाज धीरगंभीर आणि गायनशैली भारदस्त होती. त्यांच्या 'वंदे मातरम्'वरही शास्त्रीय गायनशैलीचा प्रभाव आहे. ओंकारनाथ आणि विनायकबुवा पटवर्धन यांच्यामुळेच काफी रागातली 'वंदे मातरम्'ची चाल देशभरात लोकप्रिय झाली.

स्वातंत्र्योत्तर काळात मास्टर कृष्णराव फुलंब्रीकर, वि. दे. अंभईकर यांनी 'वंदे मातरम्'चे गायन तर केलेच; पण ते राष्ट्रगीत व्हावे, यासाठीही अथक प्रयत्न केले. विष्णुपंत पागनीस, केशवराव भोळे, हिराबाई बडोदेकर, मोगुबाई कुर्डीकर, हेमंतकुमार, पंकज मलिक, तिमिर बरन, दिलीपकुमार रॉय, एम. एस. सुब्बलक्ष्मी, गीता रॉय, एम. जी. दुराणी, कमल दासगुप्ता, भवानीचरण दास, तपन सिन्हा, नारायण मुखर्जी अशा भारतातल्या अनेक नामवंत गायक आणि संगीतकारांनी 'वंदे मातरम्' गायले.

१९५२मध्ये *आनंदमठ* या बंकिमचंद्रांच्या कादंबरीवर आधारलेला 'आनंदमठ' याचा नावाचा चित्रपट फिल्मिस्तानने तयार केला. या चित्रपटाला संगीत दिग्दर्शन हेमंतकुमार यांचे होते. त्यांनी स्वरसम्राज्ञी लता मंगेशकर यांच्या आवाजात 'वंदे मातरम्'ची आणखी एक संगीतरचना ध्वनिमुद्रित केली. भैरवी आणि मालकंस या रागांचे मिश्रण असलेली ही रचना अफाट लोकप्रिय झाली. आजही राष्ट्रीय समारंभांमध्ये आणि एरवीही अनेक ठिकाणी ही ध्वनिमुद्रिका वाजवली जाते.

पूर्वी महाराष्ट्रात गणेशोत्सवाच्या काळात अनेक मोठ्या गायकांचे कार्यक्रम

व्हायचे. या कार्यक्रमांची सांगता हिराबाई बडोदेकर, मास्टर कृष्णराव फुलंब्रीकर, विष्णुपंत पागनीस 'वंदे मातरम्'नेच करायचे. काही संगीत नाटक कंपन्यांमध्येही नाटकाच्या अखेरीला 'वंदे मातरम्' गाण्याची प्रथा होती. हिराबाई बडोदेकरांनी १५ ऑगस्ट १९४७ रोजी मुंबई आकाशवाणीवरून 'वंदे मातरम्'चे गायन केले होते. मैफलीत त्या हे गीत तिलक कामोद या रागात म्हणत असत. स्वातंत्र्यलढ्याला प्रेरणा देणाऱ्या 'वंदे मातरम्'चा प्रभाव स्वातंत्र्यप्राप्तीनंतरही किती टिकून होता आणि आजही आहे, याची कल्पना या सगळ्यावरून नक्कीच येऊ शकेल.

१९३५च्या सुमारास मास्टर कृष्णराव फुलंब्रीकर यांनी 'वंदे मातरम्'ला चाल दिली आणि 'प्रभात' फिल्म कंपनीमध्ये स्वतःच्या आवाजात त्याचे ध्वनिमुद्रणही केले. महाराष्ट्रभरात ही चाल लोकप्रिय झाली. मिश्र झिंझोटी या तुलनेने सोप्या रागात बांधलेली ही स्वररचना समूहगायनालाही सोयीची अशी होती. ही पदरचना आकाशवाणीवरूनही प्रसारित व्हावी, यासाठी मास्टर कृष्णराव फुलंब्रीकरांनी प्रयत्न सुरू केले. पण मुळातच 'वंदे मातरम्'वर 'स्फोटक' असा शिक्का मारून त्याच्या गायनाला मनाईच होती. शेवटी मास्तरांनी एक युक्ती केली. ७ ऑगस्ट १९३८ रोजी मुंबई रेडिओवर त्यांच्या शास्त्रीय गायनाचा कार्यक्रम सुरू होता. त्यावेळी झिंझोटी रागाच्या जवळचे एक गीत त्यांनी गायले आणि त्याला जोडूनच 'वंदे मातरम्' गायला सुरुवात केली. पण तिथे मुंबई रेडिओ केंद्राचे संचालक झेड. ए. बुखारी हजर होते. त्यांनी तात्काळ ध्वनिक्षेपकाचा वीजपुरवठा थांबवला. या घटनेच्या बातम्या पुण्या-मुंबईतल्या वर्तमानपत्रांनी दुसऱ्या दिवशी पहिल्या पानावर ठळकपणे प्रसिद्ध केल्या. मास्टर फुलंब्रीकरांनीही 'वंदे मातरम्'च्या गायनाला आकाशवाणीवर परवानगी मिळेपर्यंत आकाशवाणीवर कुठलाही कार्यक्रम न करण्याचा निर्णय घेतला. आकाशवाणी हे त्यावेळचे महत्त्वाचे आणि प्रतिष्ठित माध्यम होते. पण 'वंदे मातरम्' या गीतासाठी मास्तरांनी पैसा, प्रसिद्धी या सगळ्यावरच सहज पाणी सोडले. ऐन बहराचा काळ असूनही मातृभूमीविषयीचे प्रेम व्यक्त करू न देणाऱ्या माध्यमाला त्यांनी पूर्ण दहा वर्षे दूर ठेवले. मात्र स्वातंत्र्य अगदी उंबरठ्याशी आले तेव्हा १९४७च्या गुढीपाडव्याला सरदार वल्लभभाई पटेलांच्या आग्रहावरून बुखारी यांच्याच उपस्थितीत त्यांनी आकाशवाणीवरून संपूर्ण 'वंदे मातरम्' गायले.

अर्थात या दहा वर्षांत आपल्या मैफलींमध्ये मात्र ते 'वंदे मातरम्' गात होते. सभा, शिबिरे, अधिवेशनांमध्ये उपस्थित समुदायाकडून ते हे गीत गाऊनही घेत होते.

१५ ऑगस्ट १९४७ रोजी देशाला स्वातंत्र्य मिळाले आणि २५ ऑगस्ट १९४८ च्या संसदेच्या बैठकीत पंतप्रधान जवाहरलाल नेहरू यांनी 'जनगणमन'विषयीचे आपले मत प्रकट केले. यावेळी 'वंदे मातरम्'च्या बँडवरच्या वादनाबद्दलही त्यांनी काही शंका उपस्थित केल्या. हे कळल्यावर मास्टर कृष्णराव फार अस्वस्थ झाले. त्यांनी पुण्याच्या पोलीस परेडसोबत स्वत: संचलन करत 'वंदे मातरम्'च्या चालीची उपयुक्तता पडताळून बघितली. पंडित नेहरूंसमोर त्यांनी त्याचे प्रात्यक्षिकही करून दाखवले. पण पाश्चात्त्य बँड पथकानेही या चालीला मान्यता दिली पाहिजे, असा नेहरूंचा आग्रह होता. यावरही मास्तरांनी हार मानली नाही. त्यांनी नायगावच्या पोलीस मुख्यालयातल्या ब्रिटिश संचालित बँड विभागाचे प्रमुख सी. आर. गार्डनर यांच्याशी संपर्क साधला आणि मूळ चालीला धक्का न लावता विदेशी पद्धतीच्या स्वररचनेचा वापर करून 'वंदे मातरम्' बँडवर बसवले.

दुर्दैवाने मास्टर कृष्णरावांचे सगळे प्रयत्न विफल ठरले. घटना समितीच्या २४ जानेवारी १९५० च्या बैठकीत त्यावेळचे राष्ट्रपती डॉ. राजेंद्रप्रसाद यांनी 'जनगणमन' हे राष्ट्रगीत असल्याचे आणि 'वंदे मातरम्'ला राष्ट्रगीताचा समान दर्जा दिल्याचे जाहीर केले. अर्थात यामुळे 'वंदे मातरम्'ची लोकप्रियता कमी झाली नाही. हेमंतकुमार, गीता दत्त, जी. एम. दुराणी, पं. भीमसेन जोशी, पं. जसराज अशा अनेक नामवंत गायकांनी अनेक महत्त्वाच्या प्रसंगी 'वंदे मातरम्' गायले. अगदी अलीकडे शुभा मुद्‌गल, ए. आर. रेहमान, शंकर महादेवन यांसारख्या नव्या संगीतकारांनी 'वंदे मातरम्' आधुनिक काळाला साजेशा स्वररचनेत सादर केले आहे. या गीताविषयी नव्या पिढीला वाटणारी आत्मीयताच यातून स्पष्ट होते.

'वंदे मातरम्'चे जन्मठिकाण

कोलकातापासून ४० किमीवर नैहाटी हे लहानसे गाव आहे. आज या गावाचा एक भाग असलेले, तसेच बंकिमचंद्रांचे जन्मगाव असलेले कांटालपाडा हे पूर्वी स्वतंत्र खेडेगाव होते.

"हे गीत केव्हा आणि कसं लिहिलं गेलं, हे महत्त्वाचं नाही. पण ते एक अजोड असं युद्धगीत बनलं ते बंगालातल्या हिंदू आणि मुसलमानांमध्ये झालेल्या फाळणीच्या वेळी. हे गीत म्हणजे साम्राज्यशाहीच्या विरोधातला आक्रोश होता. मला आनंदमठ किंवा बंकिमचंद्रांबद्दल काहीच माहीत नसताना 'वंदे मातरम्'नं माझ्या मनाचा ठाव घेतला. आणि मी ते प्रथम गायलं तेव्हा मी मंत्रमुग्ध होऊन गेलो. मला त्यात शुद्धतम राष्ट्रीय भावना असल्याचं जाणवलं. हे गीत म्हणजे एक 'हिंदू गीत' आहे आणि ते फक्त 'हिंदूंसाठी'च आहे, असं मला कधीच वाटलं नाही. दुर्दैवानं आता वातावरण बदललं आहे. एके काळी जे सोनं होतं, त्याचं आता पितळ झालं आहे. अशा वेळी ते सोनं म्हणून विकण्यापेक्षा पितळ म्हणूनच विकलेलं बरं. सार्वजनिक ठिकाणी 'वंदे मातरम्'वरून भांडणं झालेली मला खपणार नाहीत. त्याचा गैरवापरही होऊ नये. आज हे गीत कोट्यवधी लोकांच्या हृदयात आहे. ते बंगालमधल्या आणि बाहेरच्याही असंख्य लोकांच्या हृदयातल्या देशाभिमानाला जाग आणणारे आहे. या गीताची निवडलेली कडवी म्हणजे बंगालकडून संपूर्ण देशाला मिळालेली भेट आहे."

- **महात्मा गांधी,** *हरिजन, १ जुलै १९३९*

कांटालपाडाच्याच या मोठ्या घरात बंकिमचंद्रांनी 'वंदे मातरम्' लिहिले. या घराचेच आता संग्रहालय झाले आहे. १९५४मध्ये डॉ. बिधानचंद्र रॉय यांनी पुढाकार घेऊन 'बंकिम स्मृती मंदिर' म्हणून बंकिमचंद्रांच्या निवासस्थानाचे जतन करायचे ठरवले. या संग्रहालयात बंकिमचंद्रांच्या दैनंदिन वापरातल्या अनेक वस्तू, पुस्तके, कपडे आहेत. त्यांच्या कुटुंबातल्या व्यक्तींची छायाचित्रे आहेत आणि मुख्य म्हणजे एका स्तंभावर मूळ बंगाली 'वंदे मातरम्' कोरलेले आहे. स्तंभावर एक शिल्प आहे, ते 'वंदे मातरम्'मुळे प्रेरित झालेल्या, पाण्याच्या असंख्य लाटांच्या स्वरूपातल्या राष्ट्राचे. याच स्तंभाच्या खालच्या बाजूला तुतारी आणि शंख यांसारखी पारंपरिक वाद्ये वाजवत राष्ट्रगान करणाऱ्या देशभक्तांचा समूह शिल्पांकित केला आहे.

'वंदे मातरम्'चे लेखन बंकिमचंद्रांनी ज्या खोलीत बसून केले, ती खोली या संग्रहालयात मूळ स्वरूपात जतन केली आहे. बंकिमचंद्रांचे हे घर अनेक घरांचा समूह असलेल्या राजवाड्यासारखे असावे, असे प्रत्यक्षदर्शी सांगतात. १९६७

मध्ये या घराचा काही भाग जुना झाल्यामुळे कोसळला होता. पण पश्चिम बंगालच्या शासनाने यात लक्ष घातले आणि या निवासस्थानाची मूळ रचना लक्षात घेऊन त्याची पुनर्बांधणी केली. बंकिमचंद्रांच्या या घरासमोरच राधाजीऊ मंदिर आहे. या ठिकाणी नवरात्राचा मोठा उत्सव व्हायचा. दुर्गापूजेच्या वेळी वापरला जाणारा रथ या मंदिराशेजारच्या ओसरीत आजही पाहायला मिळतो.

'वंदे मातरम्'चे हे जन्मस्थळ दुर्दैवाने आज दुर्लक्षित आहे. पारतंत्र्यात अडकलेल्या देशाला चेतना देणाऱ्या महामंत्राच्या या जन्मस्थळाला भेट दिली तर देशाच्या इतिहासातले क्रांतिकारी पर्व पुन्हा प्रत्येकासमोर उलगडत जाईल.

वंदे मातरम्
सुजलां सुफलां मलयजशीतलाम्
शस्यश्यामलां मातरम्।
शुभ्रज्योत्स्नापुलकितयामिनीं
फुल्लकुसुमित द्रुमदलशोभिनीं
सुहासिनी सुमधुरभाषिणीं
सुखदां वरदां मातरम्।।१।। वंदे मातरम्।
कोटि कोटि कण्ठ कल कल निनाद कराले,
कोटि कोटि भुजैर्धृत खरकरवाले,
अबला केन मा एत बले।
बहुबलधारिणीं नमामि तारिणीं
रिपुदलवारिणीम् मातरम्।।२।। वंदे मातरम्।
तुमि विद्या, तुमि धर्म
तुमि हृदि, तुमि मर्म
त्वं हि प्राणाः शरीरे
बाहुते तुमि मा शक्ति,
हृदये तुमि मा भक्ति,
तोमारई प्रतिमा गडि मंदिरे-मंदिरे मातरम्।।३।। वंदे मातरम्।
त्वं हि दुर्गा दशप्रहरणधारिणी
कमलाकमलदलविहारिणी
वाणीविद्यादायिनी, नमामि त्वाम्
कमलां अमलां अतुलां सुजलां सुफलां मातरम्।।४।। वंदे मातरम्।
श्यामलां सरलां सुस्मितां भूषितां
धरणीं भरणीं मातरम्।।५।। वंदे मातरम्।

'वंदे मातरम्'चा मराठी भावार्थ

माते, मी तुला वंदन करतो.

जलसमृद्ध नि धनधान्यसमृद्ध; दक्षिणेकडील मलय पर्वतावरून येणाऱ्या वायुलहरींनी शीतल होणाऱ्या नि विपुल शेतीमुळे श्यामलवर्ण बनलेल्या, हे माते!

पांढऱ्याशुभ्र चांदण्यांमुळे तुझ्या रात्री प्रफुल्लित असतात, तर फुलांना बहर आल्यामुळे तुझी भूमी वृक्षराजीचे वस्त्र परिधान केल्यासारखी सुशोभित दिसते.

सदा हसतमुख नि सर्वदा मधुर बोलणारी, वरदायिनी, सुखप्रदायिनी अशा हे माते!

तीस कोटी मुखांतून भयंकर गर्जना उठत असताना आणि साठ कोटी हातातील परजलेल्या खड्गांची पाती चमकत असताना, हे माते, तू अबला आहेस, असे म्हणण्याचे धाष्ट्र्य तरी कोण करणार?

खरोखरी, माते, अपार सामर्थ्य तुझ्या ठिकाणी आहे. शत्रुसैन्याच्या लाटा परतवून लावून आम्हा संतानांचे रक्षण करणाऱ्या हे माते, मी तुला नमस्कार करतो.

तूच आमचे ज्ञान, तूच आमचे चारित्र्य नि तूच आमचा धर्म आहेस. तूच आमचे हृदय नि तूच आमचे चैतन्य आहेस. आमच्या देहातील प्राण खरोखरी तूच आहेस. आमच्या मनगटातील शक्ती तूच आणि आमच्या अंत:करणातील कालीपण तूच. मंदिरामंदिरांतून आम्ही ज्या देवमूर्तींची प्रतिष्ठापना करतो ती सर्व तुझीच रूपे.

आपल्या दाही हातात दहा शस्त्रे धारण करणारी शत्रुसंहारिणी दुर्गा तूच आणि कमलपुष्पांनी भरलेल्या सरोवरात विहार करणारी कमलकोमल लक्ष्मी तूच. विद्यादायिनी सरस्वतीही तूच. तुला आमचा नमस्कार असो.

माते, मी तुला वंदन करतो. ऐश्वर्यदात्री, पुण्यप्रद नि पावन, पवित्र जलप्रवाहांनी नि अमृतमय फळांनी समृद्ध असलेली, अशा हे माते, तुझ्या थोरवीला कशाचीच जोड नाही, कोणतीच सीमा

नाही. हे माते, हे जननी, आम्ही तुला प्रणाम करतो.

माते, तुझा वर्ण श्यामल आहे. तुझे चारित्र्य धवल आहे. तुझे मुख सुंदर हास्याने विलसत आहे. तू सर्वाभरणभूषित असल्याने किती सुंदर दिसतेस!

खरोखरी, आम्हाला धारण करणारी तूच आणि आमचे भरणपोषण करणारीही तूच. माते, तुला आमचे पुनश्च प्रणिपात.

'जनगणमन' - राष्ट्रगीत

२६ जानेवारी १९५० रोजी भारताची राज्यघटना अस्तित्वात आली आणि लोकशाही प्रजासत्ताक देश म्हणून भारताचा उदय झाला. याच दिवशी स्वतंत्र भारताचे राष्ट्रगीत म्हणून 'जनगणमन'ला अधिकृत मान्यता देण्यात आली. 'जनगणमन' राष्ट्रगीत *(National Anthem)* आणि 'वंदे मातरम्' राष्ट्रीय गीत *(National Song)* असल्याचे घोषित केले गेले.

'जनगणमन' हे गीत रवींद्रनाथ टागोरांनी लिहिलेले आहे. ज्या पार्श्वभूमीवर हे गाणे रवींद्रनाथांनी लिहिले, त्या पार्श्वभूमीमुळे या गीताबद्दलही काही गैरसमज त्यावेळी झाले. पण या संदर्भातल्या स्वत: रवींद्रनाथांच्या पत्रव्यवहाराकडे पाहिले तर कुठल्याच शंकेला जागा उरत नाही.

१९११मध्ये इंग्लंडचा राजा पंचम जॉर्ज भारतात आला होता. याच वेळी त्याने बंगालची फाळणी रद्द केली. या पार्श्वभूमीवर कोलकात्यात डिसेंबरमध्ये होणाऱ्या राष्ट्रीय सभेच्या अधिवेशनात पंचम जॉर्ज यांचे स्वागत करावे आणि त्यासाठी रवींद्रनाथांनी राजप्रशस्तीचे एक गीत रचून द्यावे, असा आग्रह रवींद्रनाथांना त्यांचे मित्र आशुतोष चौधरी यांच्यामार्फत करण्यात आला. ब्रिटिश राजवटीविषयीची आपली चीड माहीत असूनही आपल्या मित्राने असला आग्रह करावा, हे पाहून रवींद्रनाथ चक्रावून गेले. पुढे २० नोव्हेंबर १९३७ रोजी त्यांनी पुलिन बिहारी सेन यांना लिहिलेल्या पत्रात आपल्या मनातील भावना व्यक्त करताना म्हटले होते, ''सरकारदरबारी प्रतिष्ठा पावलेल्या माझ्या एका मित्रानं सम्राटांचं जयगान रचण्याबद्दल मला विशेष आग्रह केला. मी विस्मित झालो. आणि त्याचबरोबर माझ्या मनात अफाट क्षोभ उसळला. याच मनस्तापाची प्रबळ प्रतिक्रिया म्हणून 'जनगणमन अधिनायक' या गीताचा जन्म झाला. पतन

अभ्युदयामुळे खडबडीत बनलेल्या मार्गावरून युगानुयुगं वेगानं प्रवास करणाऱ्या (युगयुगधावित यात्री) यात्रिकांचा जो चिरसारथी आहे, जनगणांचा अंतर्यामी आणि मार्गदर्शक (पथपरिचायक) अशा त्या 'भारत भाग्यविधात्याचा' मी त्या गीतात जयघोष केला आहे. हा 'युगयुगांतरीचा मानव भाग्यरथचालक' कोणी पाचवा, सहावा किंवा आणखी एखादा जॉर्ज कधीच असू शकणार नाही, ही गोष्ट माझ्या राजभक्त मित्राच्याही लक्षात आली. कारण त्याची राजभक्ती कितीही प्रबळ असली तरी त्याच्या ठिकाणी बुद्धीचा अभाव नव्हता. हे गीत खास राष्ट्रीय सभेसाठी लिहिलेलंच नव्हतं.''

त्यामुळे राष्ट्रीय सभेच्या अधिवेशनात 'जनगणमन' गायले गेले तरी ते पंचम जॉर्जच्या स्वागतासाठी किंवा स्तुतीसाठी नव्हे, हे स्पष्ट आहे. शिवाय अधिवेशनाच्या पहिल्या दिवशी 'वंदे मातरम्' आणि दुसऱ्या दिवशी राज प्रशस्तिगीत म्हणून 'युग जीवो मेरा पादशा' हे हिंदी गीत गायले गेले होते. पण 'जनगणमन' हे गीत रवींद्रनाथांनी इंग्लंडच्या राजाच्या गौरवार्थ लिहिले असा अकारण गैरसमज त्यावेळी निर्माण झाला. हे कळल्यावर रवींद्रनाथांना फार दु:ख झाले. २९ मार्च १९३९ रोजी त्यांनी सुधाराणी देवी यांना लिहिलेल्या पत्रात हे दु:ख व्यक्त केले होते. त्यांनी या पत्रात म्हटले होते, ''शाश्वत मानवेतिहासातल्या युगानुयुगं प्रवास करणाऱ्या पथिकांच्या रथयात्रेचा चिरसारथी म्हणून चौथ्या किंवा पाचव्या जॉर्जची स्तुती माझ्याकडून होईल, इतकी अपरिमित मूढता माझ्या ठिकाणी आहे, अशी शंका ज्यांना येत असेल, त्यांच्या प्रश्नांना उत्तर देणं हा स्वत:चाच अवमान आहे.''

'जनगणमन'बद्दलच्या सगळ्या शंका-गैरसमजुती रवींद्रनाथांच्या या शब्दांनी मिटायला हरकत नाही. हे गीत २७ डिसेंबर १९११ रोजी राष्ट्रीय सभेच्या अधिवेशनात प्रथम गायले गेले आणि रवींद्रनाथांच्याच संपादनाखाली निघणाऱ्या *तत्त्वबोधिनी*च्या जानेवारी १९१२च्या अंकात पहिल्यांदा प्रसिद्ध झाले. पुढे १९१९मध्ये रवींद्रनाथांनी स्वत:च या गीताचा इंग्लिश अनुवाद केला. तो १९३६मध्ये मद्रासच्या मदनपल्ली महाविद्यालयाच्या मासिकात 'द मॉर्निंग साँग ऑफ इंडिया' या शीर्षकासह प्रसिद्ध झाला.

मुळातले 'जनगणमन' हे गीत दीर्घ आहे. राष्ट्रगीत म्हणून ते स्वीकारताना त्यातली दोनच कडवी घेतली गेली आहेत. या गीतात देशाच्या विविध प्रांतांची

नावे, विविध धर्मांचे उल्लेख आहेत. ज्या भारतभाग्यविधात्याचा जयजयकार यात गीतात आहे, तो म्हणजे संपूर्ण मानवजातीच्याच विधात्याचे एक रूप आहे. त्याला भारतासह सगळ्या विश्वाचा चिरसारथी म्हणून या गीतात आवाहन केलेले आहे.

राष्ट्रगीत आणि राष्ट्रगान यातला फरक स्पष्ट करायचा झाला तर काही मुद्द्यांचा विचार करणे उचित ठरेल.

- गांधीजींनी म्हटल्याप्रमाणे 'जनगणमन' हे भक्तिस्तवन आहे. 'वंदे मातरम्'चे स्वरूप मात्र नमनात्मक आहे. यातली मातृभूमी सर्वश्रेष्ठ आहे. ती सर्वव्यापी आहे. देवीच्या प्रतीकात्मक स्वरूपात तिचे सामर्थ्य आणि समृद्धी सामावली आहे. गीताच्या ध्रुवपदात मातेला वंदन करण्याचा शरणभाव आहे आणि पुढे पुढे हे गीत वीररसाची उधळण करू लागते. मातृभूमीच्या चरणी लीन होताना, तिचे रक्षण करण्याचे अजोड सामर्थ्य 'वंदे मातरम्'मधून प्रकट होते. म्हणूनच स्वातंत्र्यलढ्याचा 'वंदे मातरम्' हा मंत्र झाला आणि 'वंदे मातरम्' म्हणत शेकडो देशभक्तांनी आत्मसमर्पण केले.
- 'जनगणमन'मध्ये प्रतीकात्मकता नाही. ते एक स्तोत्र आहे. परतंत्र भारताबद्दलची व्याकुळता या गीतात आहे. सगळे धर्म आणि समाज एकत्र येऊन भारत-भाग्य-विधात्याच्या सिंहासनापाशी प्रेमहार गुंफतील आणि हा भाग्यविधाता प्रेमळ मातेप्रमाणे दुःख आणि भीतीच्या विळख्यात सापडलेल्या देशाला जवळ घेऊन त्याचे दुःख दूर करेल, अशी भावना 'जनगणमन'मध्ये व्यक्त झाली आहे. 'रात्र संपून पहाट होत आहे, पूर्वेला रवितेजानं आकाश उजळत आहे', असा आशावाद या गीतात अखेरीला प्रकट झाला आहे. भक्तिरसाने परिपूर्ण असे हे गीत आहे.
- 'वंदे मातरम्'वर सांप्रदायिकतेचा जो आरोप झाला, त्याला 'जनगणमन'मध्ये जागा नाही. अर्थात 'वंदे मातरम्'वरच्या या आरोपात तथ्य नाहीच; कारण धर्म, पंथ, जात, वर्ग यांच्या पलीकडे जाऊन भारतात राहणारा प्रत्येक जण हा या भूमीचा पुत्र आहे, अशी व्यापक दृष्टीच त्या गीतातही आहे. राष्ट्रगीत आणि राष्ट्रीय गीत म्हणून मान्यता पावलेल्या या दोन्ही गीतांच्या हेतूबद्दल शंका घेण्याचे कारण नाही, हे नक्की.

मूळ गीत आणि त्याचा अर्थ

'जनगणमन' या मूळ गीतात पाच कडवी आहेत. पण राष्ट्रगीत म्हणून त्यातल्या फक्त पहिल्याच कडव्याचा स्वीकार भारताच्या घटनेने केला आहे. मात्र या संपूर्ण गीताचा आशय जाणून घेण्यासाठी मूळ गीत आणि त्याचा अनुवादही वाचणे श्रेयस्कर ठरेल.

मूळ बंगाली गीत

जनगणमन अधिनायक जय हे, भारत-भाग्य-विधाता।
पंजाब सिंधु गुजरात मराठा, द्राविड उत्कल बंगा।
विंध्य हिमाचल यमुना गंगा उच्चल जलधितरंगा।
तव शुभ नामे जागे, तव शुभ आशिष मागे।
गाहे तव जय गाथा।।
जनगण मंगलदायक जय हे भारत-भाग्य-विधाता।
जय हे जय हे, जय जय जय जय हे।।

> *अहरह तव आह्वान प्रचारित सुनि तव उदार वाणी।*
> *हिंदु बौद्ध सिख जैन पारसिक, मुसलमान ख्रिस्तानी।।*
> *पूरब पश्चिम आसे। तव सिंहासन पासे।*
> *प्रेमहार हय गाथा।*
> *जनगण ऐक्य विधायक जय हे भारत-भाग्य-विधाता।*
> *जय हे जय हे, जय जय जय जय हे।।*

पतन अभ्युदय बंधुर पंथा युग-युग धावित यात्री,
तुमि चिर सारथि। तव रथचक्रे मुखरित पथ दिन-रात्री,
दारूण विप्लव माजे। तव शंखध्वनि बाजे,
संकट-दुःख त्राता।।
जनगण-पथ-परिचायक जय हे भारत-भाग्य-विधाता।
जय हे जय हे, जय जय जय जय हे।।

> *घोर तिमिर घड निबिड निशीथे पीडित मूर्च्छित देशे,*
> *जागृत छिल तव अविचल मंगल नत नयने अनिमेषे।*
> *दुःस्वप्ने आतंके। रक्षा करिले अंके।*
> *स्नेहमयी तुमि माता*
> *जनगण-दुःख-त्रायक जय हे भारत-भाग्य-विधाता।*
> *जय हे जय हे, जय जय जय जय हे।।*

रात्र प्रभातिल उदिल रविच्छवि पूर्व-उदयगिरि-भाले,
गाहे विहंगम पुण्य-समीरण-नवजीवन-रस ढाले
तव करुणारूण रागे। निद्रित भारत जागे।
तव चरणे नत माथा। भारत-भाग्य-विधाता।
जय हे जय हे, जय जय जय जय हे।।

मराठी भावार्थ

तू जनतेच्या हृदयाचा स्वामी आहेस. भारताचा भाग्योदय करणारा आहेस. पंजाब, सिंध, गुजरात, महाराष्ट्र, द्राविड, उत्कल, बंगाल या सर्वांना तुझा नामघोष जागृत करतो. विंध्याद्री आणि हिमाचल या ठिकाणी तुझे यशोगान ऐकू येते. गंगा-यमुनेच्या प्रवाहसंगीतात ते निनादित होते. उसळी मारणाऱ्या समुद्राच्या लाटाही तुझ्या नामाचा गजर करतात. हे सगळे जण तुझ्याकडे आशीर्वाद मागतात. तुझी कीर्ती गातात. तू सर्व लोकांचे मंगल करणारा आहेस. तुझा अनेकदा जयजयकार असो.

हिंदू, बौद्ध, शीख, जैन, पारशी, मुसलमान, ख्रिस्ती या सगळ्यांनी आपल्या सिंहासनापाशी एकत्र व्हावे, असे तू त्यांना अहोरात्र हाक मारून सांगतोस. पूर्व आणि पश्चिम तुझ्याजवळ एक होऊन तुझी प्रार्थना करतात आणि तुझ्या प्रेमाचा हार गुंफतात. तू लोकांचे ऐक्य करणारा आहेस. भारताचा भाग्योदय करणारा आहेस. तुझा अनेकदा जयजयकार असो.

हे यात्रेकरू युगानुयुगे या चढउताराच्या मार्गावरून धावताहेत. हे चिरसारथी, हा मार्ग तुझ्या रथचक्रांनी अहोरात्र निनादित केला आहे. दारुण संकटाच्या वेळी तुझ्या तुतारीचा ध्वनी गर्जत राहतो. तू संकटे आणि दु:खांपासून आमचे रक्षण करतोस आणि आम्हाला योग्य मार्ग दाखवतोस. तुझा अनेकदा जयजयकार असो.

या रात्रीच्या घनदाट अंधारात हा देश मूर्च्छेने पीडित झाला असताना आणि दु:स्वप्नात गढून गेला असताना तू स्नेहमयी माता होऊन, त्याला आपल्या मांडीवर घेऊन सदोदित आपल्या

> आर्द्र नेत्रांनी त्याच्याकडे पाहत राहतोस आणि आपले प्रेमळ हात त्याच्या अंगाखांद्यावर ठेवतोस. आमचे दु:ख निवारणाऱ्या तुझा अनेकदा जयजयकार असो.
>
> रात्र संपली आहे आणि उदयगिरीवर सूर्यकिरणं दिसू लागली आहेत. पक्षी गाऊ लागले आहेत आणि सकाळचा हा झुळझुळ वाहणारा पवित्र वारा आमच्यात नवजीवन ओततो आहे. तुझे स्नेहपूर्ण करपल्लव या निद्रिस्त भारताला जागृत करताहेत. हे मस्तक तुझ्या चरणांवर नम्र झाले आहे. हे भारत-भाग्यविधात्या, तुझा सदैव जयजयकार असो.

महात्मा गांधींनी ''जनगणमन' हे फक्त गीत नसून एक भजन आहे', या शब्दात राष्ट्रगीताचा गौरव केला आहे. सुभाषचंद्र बोस यांच्या आझाद हिंद सेनेने या गीताचा हिंदीत अनुवाद केला आणि आपल्या सेनेचे राष्ट्रगीत म्हणून त्याचा स्वीकार केला.

१९४६मध्ये संयुक्त राष्ट्र संघाच्या प्रतिनिधी मंडळाला भारताच्या राष्ट्रगीताची धून वाजवायला सांगितले गेले. पण त्यावेळी भारताचे राष्ट्रगीत असे नव्हतेच. या मंडळाने ताबडतोब त्यावेळच्या भारत सरकारला याविषयी कळवले आणि मग त्यावेळेपुरते राष्ट्रगीत म्हणून 'जनगणमन'ची निवड झाली. त्यावेळी संयुक्त राष्ट्रसंघाच्या वाद्यवृंदाने 'जनगणमन'ची ग्रामोफोन रेकॉर्ड वाजवली. ही धून सगळ्यांनाच फार आवडली. 'वंदे मातरम्'पेक्षा अधिक सुलभ अशी गेयता 'जनगणमन'मध्ये आहे. 'ज्या लोकांना संगीताची अजिबात जाण नाही, त्यांनाही 'जनगणमन' गाता येईल, इतकी ही चाल सोपी आहे आणि गाताना कुणी बेसूर व्हायची शक्यताही कमी आहे', असे त्यावेळी अनेक संगीतज्ज्ञांनी म्हटले होते.

अखेर २४ जानेवारी १९५० रोजी घटना समितीने 'जनगणमन'ला राष्ट्रगीत म्हणून मान्यता दिली. ही मान्यता देताना देशाचे राष्ट्रपती डॉ. राजेंद्रप्रसाद यांनी जाहीर केले, ''*जनगणमन* ही शब्दरचना आणि चाल सरकारी उपयोगासाठी भारताचं राष्ट्रगीत म्हणून स्वीकारण्यात आली आहे. या गीताच्या शब्दरचनेत फक्त सरकारी आदेशानुसारच बदल होऊ शकतात. भारताच्या स्वातंत्र्यसंग्रामात ज्यानं ऐतिहासिक महत्त्वाचं योगदान दिलं आहे, त्या *वंदे मातरम्* लाही तेवढाच सन्मान दिला जाईल. त्याचा दर्जा *जनगणमन* च्या बरोबरीचा राहील.''

काही विशिष्ट प्रसंगीच देशाच्या सशस्त्र सेनेला राष्ट्रगीताची धून वाजवायची परवानगी आहे. केंद्रीय आणि राज्य सरकारांचे मंत्री यांना सर्वसाधारण अभिवादन दिले जात असेल, भारताच्या राष्ट्रपतींचा आणि सेनेच्या मुख्यालयाचा आदेश असेल तेव्हाच सशस्त्र दलांतर्फे 'जनगणमन'ची धून वाजवली जाते.

दरवर्षी २६ जानेवारी आणि १५ ऑगस्ट या राष्ट्रीय सणांच्या दिवशी राष्ट्रगीत बँडवर वाजवले जाते. २६ जानेवारी १९५० पासून 'राष्ट्रीय अभिवादना'ला 'शाही सलामी'चे स्थान मिळाले. राष्ट्रीय अभिवादन फक्त राष्ट्रपती, राज्यपाल यांना दिले जाते. सरकारी समारंभांमध्ये इतर उच्च पदाधिकाऱ्यांना 'सर्वसाधारण अभिवादन' दिले जाते. पण या सर्वसाधारण अभिवादनाच्या वेळी राष्ट्रगीताची धून वाजत असेल तर हे अभिवादन स्वीकारण्याचा अधिकार फक्त राष्ट्रपतींना, राज्यपालांना त्यांच्या त्यांच्या राज्यात आणि इतर राष्ट्रप्रमुखांना असतो. सेना मुख्यालयाचा आदेश असल्याखेरीज पंतप्रधानांसाठी राष्ट्रगीताची धून वाजवली जात नाही.

गृहमंत्रालयाने प्रशासनाच्या इतर घटकांसाठी आणि सर्वसामान्य जनतेसाठीही इतर प्रसंगी राष्ट्रगीताचा उपयोग करण्याबाबतचे नियम जाहीर केले आहेत. राष्ट्रगीताचा अनुचित उपयोग होऊ नये आणि त्याची प्रतिष्ठा राखली जावी, असा या मागचा उद्देश आहे. राष्ट्रगीत वाजवले जात असताना त्याचा सन्मान म्हणून सर्वांनी उठून उभे राहिले पाहिजे. मूळ गीतापैकी एकच कडवे राष्ट्रगीत म्हणून निवडलेले आहे आणि त्याची चाल सोपी असल्यामुळे 'जनगणमन'ची रेकॉर्ड एक मिनिटाच्या आतच वाजून संपली पाहिजे, असाही शासकीय नियम आहे.

२५ ऑगस्ट १९४८ रोजी पंडित जवाहरलाल नेहरू यांनी संसदेत 'जनगणमन' बाबत व्यक्त केलेले विचार

> *१५ अगस्त १९४७ के तुरन्त बाद हमारे सामने यह प्रश्न आया कि वाद्यवृन्दों और बैण्डों द्वारा बजाए जाने के लिए राष्ट्रीय गान की एक धुन होनी चाहिए। यह प्रश्न हमारी सेना और विदेशी राजदूतावासों और दूतावासों की दृष्टि से महत्व का था। इतना तो स्पष्ट था कि स्वाधीन होने के बाद 'गॉड सेव द किंग' की धुन हमारे सैनिक बैण्डों के लिए उपयुक्त नहीं थी। इसलिए हमसे बराबर यह पूछा जा रहा था कि कौन-सी धुन बजाई जाए;*

लेकिन हम कोई जवाब न दे पाते थे, क्योंकि अन्तिम निर्णय केवल संविधान सभा ही कर सकती थी।

दक्षिण-पूर्व एशिया में आज़ाद हिन्द फ़ौज ने 'जनगणमन' की धुन में कुछ परिवर्तन करके उसे राष्ट्रीय गान के रूप में अंगीकार किया था और बाद में वह भारत में भी लोकप्रिय हो गया।

१९४७ में संयुक्त राष्ट्र की महासभा के अधिवेशन के अवसर पर न्यूयार्क में यह प्रश्न एक अन्तिम निर्णय के लिए सामने आया। भारत के प्रतिनिधि मंडल से कहा गया कि वह अवसर विशेष पर बजाने के लिए अपना राष्ट्रीय गान प्रस्तुत करे। प्रतिनिधि मंडल के पास 'जनगणमन' का एक रिकार्ड था, और उसने उसे अभ्यास के लिए वाद्यवृन्द को दे दिया। जब वाद्यवृन्द ने उपस्थित विशाल जन समूह के सामने यह धुन बजाई, तो लोगों को बहुत पसन्द आई। कई देशों के प्रतिनिधियों को वह धुन इतनी विशिष्ट और शानदार लगी कि उन्होंने इस नई धुन की स्वर-लिपि मांगी। 'जनगणमन' की वह धुन रिकार्ड करके भारत भेज दी गई। हमारी सेना के बैण्डों ने इस धुन को बजाना शुरू कर दिया और विदेशी दूतावास और शिष्टमंडल आवश्यकता पड़ने पर उसका उपयोग करने लगे। कई देशों ने इस धुन की प्रशंसा करते हुए हमें बधाई भेजी। विशेषज्ञों को कहना था कि उन्होंने जो सर्वोत्तम राष्ट्रीय धुनें सुनी है, उनमें यह एक है। देश-विदेश के संगीतकारों, बैण्डों और वाद्यवृन्दों ने यह धुन बजाई-कभी कभी लय में कुछ हेरफेर करके, जिसका नतीजा यह हुआ कि ऑल इंडिया रेडियो के पास धुन के किंचित बदले हुए कई रूपों के रिकार्ड इकट्ठे हो गए।

एक तो इस लय की आम तौर से प्रशंसा हुई; दूसरे, उस समय हमारे सामने कोई विकल्प था भी नहीं, क्योंकि हमारे पास किसी भी राष्ट्रीय गीत की अच्छी स्वर-लिपि न थी जिसे हम बाहर भेज सकते। ऐसी स्थिति में मैंने सब प्रान्तों के गवर्नरों

को पत्र लिखे और 'जनगणमन' या किसी अन्य राष्ट्रीय गीत को राष्ट्रीय गान के रूप में अंगीकार करने के बारे में उनकी राय पूछी। मैंने यह भी लिखा था कि वे अपने प्रान्तों को मुख्य मंत्रियों से सलाह करके उत्तर दें। पत्र में मैंने स्पष्ट लिख दिया था कि अन्तिम निर्णय संविधान सभा करेगी, लेकिन चूंकि विदेशी दूतावासों और सेना को शीघ्र निर्देश भेजना है, इसलिए अस्थायी निर्णय करना अनिवार्य हो गया है। एक (मध्य प्रदेश के गवर्नर) को छोड़ सब गवर्नरों ने 'जनगणमन' का समर्थन किया। तब मंत्रिमंडल ने मामले पर विचार करके यह निर्णय किया कि जब तक संविधान सभा अन्तिम निर्णय न करे तब तक 'जनगणमन' को राष्ट्रीय गान के रूप में अस्थायी रूप से अंगीकार कर लिया जाए।

सब प्रान्तों के गवर्नरों को निर्णय के अनुसार निर्देश भेज दिए गए। यह बिल्कुल स्पष्ट था कि 'जनगणमन' का पाठ पूर्णतया उपयुक्त न था और उसमें कुछ हेरफेर की आवश्यकता थी। शब्दों का नहीं, धुन का महत्व अधिक था, जो बैण्डों और वाद्यवृन्दों द्वारा बजाई जानी थी। इसके बाद पश्चिम बंगाल के नए मुख्य मंत्री ने सूचित किया कि वह और उनका शासन 'वन्दे मातरम्' को अधिक उपयुक्त समझते है।

यह है मौजूदा स्थिति। दुर्भाग्य की बात है कि 'वन्दे मातरम्' और 'जनगणमन' को लेकर कुछ विवाद उठ खड़ा हुआ है। 'वन्दे मातरम्' निस्संदेह भारत का एक प्रमुख राष्ट्रीय गीत है और इसके साथ एक महान ऐतिहासिक परम्परा जुड़ी हुई है। हमारे स्वाधीनता संग्राम से इस गीत का घनिष्ट सम्बन्ध रहा है। न तो इसका वह महत्व किसी तरह कम हो सकता है और न कोई अन्य गीत ही इसका स्थान ले सकता है। यह उस संघर्ष के भावोद्वेग और तीक्ष्णता का प्रतीक है, परन्तु शायद उसके चरमोत्कर्ष का नहीं।

राष्ट्रध्वज : तिरंगा

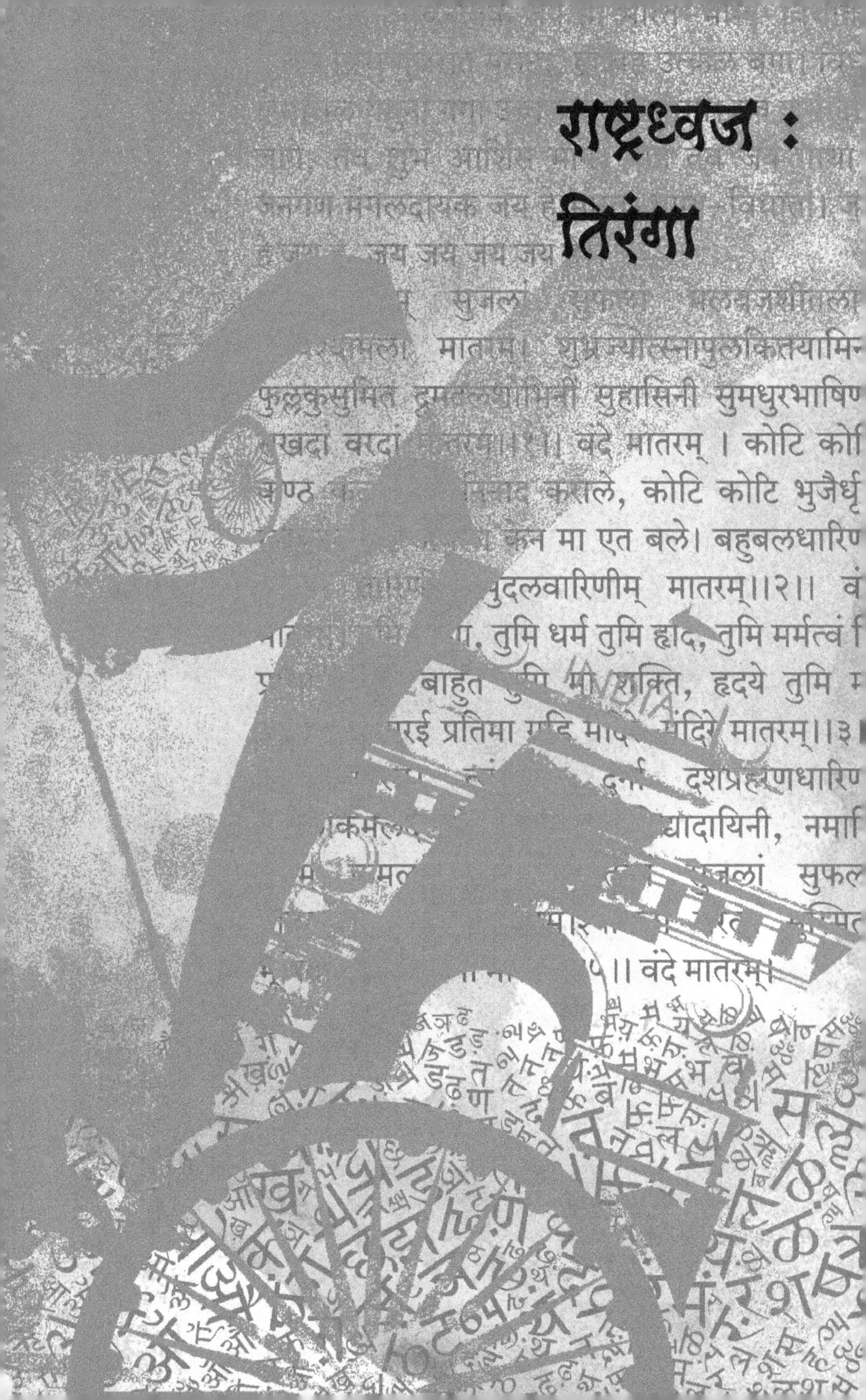
फुल्लकुसुमित द्रुमदलशोभिनी सुहासिनी सुमधुरभाषिण
कोटि कोटि भुजैर्धृ
बहुबलधारिण
तुमि धर्म तुमि हृदि, तुमि मर्मत्वं
हृदये तुमि
वंदे मातरम्।

राष्ट्रध्वज - तिरंगा

ध्वज हे ध्येयाचे प्रतीक मानले जाते. वेदकाळापासून ध्वज उंचावला जात असल्याचे उल्लेख ऋग्वेद आणि अथर्ववेदासारख्या ग्रंथांमध्ये आहेत. वैदिक आर्यांचा ध्वज अग्निज्वालेसारखा भगवा होता, असे ऋग्वेद आणि अथर्ववेदातल्या अनेक ऋचांवरून स्पष्ट होते. वैदिक वाङ्मयात ध्वजाला 'केतू' असा शब्द आहे.

नंतरच्या कालखंडात प्रत्येक राजाच्या सैन्याची खूण म्हणून एक निशाण असे. याला 'इंद्रध्वज' असे म्हटले जाई. या निशाणावर त्या त्या राजाने निश्चित केलेले विशिष्ट चिन्ह किंवा आकृती असायची. राजवाडा, किल्ला, राजसंस्थेची कचेरी, लष्कराचे ठिकाण यांवर नेहमी हा ध्वज फडकता ठेवला जाई.

ब्रिटिश राजवट संपून स्वतंत्र लोकशाही राष्ट्र म्हणून भारताची निर्मिती झाली, तेव्हा संपूर्ण देशाचे प्रतीक असणाऱ्या राष्ट्रध्वजाची अधिकृत घोषणा झाली. अर्थात या घोषणेनुसार जो ध्वज आपण स्वीकारला आहे, त्याची उत्क्रांती कशी झाली, हे समजून घेणेही महत्त्वाचे आहे.

राष्ट्रीय ध्वजाची उत्क्रांती

भारतात पहिला राष्ट्रीय ध्वज फडकला तो ७ ऑगस्ट १९०६ रोजी. कोलकाता येथे पारसी बगल चौकात (ग्रीन पार्क) हा ध्वज फडकवण्यात आला, असे सांगतात. या ध्वजावर लाल, पिवळा आणि

हिरवा या तीन रंगांचे आडवे पट्टे होते. पण बऱ्याच लोकांच्या मते हा ध्वज पॅरिस आणि बर्लिन या शहरांमध्ये फडकवण्यात आला होता.

या ध्वजाचा वरचा पट्टा लाल रंगाचा होता. त्यावर एका ओळीत आठ पांढरी कमळे चित्रित केली होती. मधल्या पिवळ्या पट्ट्यावर 'वंदे मातरम्' हे शब्द देवनागरी लिपीत निळ्या रंगाने लिहिलेले होते. सर्वात खालच्या हिरव्या पट्ट्यावर डाव्या बाजूला पांढऱ्या रंगात सूर्य तर उजवीकडे चंद्रकोरीसह चांदणी काढलेली होती. (आकृती १)

१९०७मध्ये ऑगस्टच्या तिसऱ्या आठवड्यात, जर्मनीतल्या स्टुटगार्ट येथे आंतरराष्ट्रीय समाजवादी परिषदेचे संमेलन होते. या संमेलनाविषयी मादाम कामा या भारतातल्या देशभक्त रणरागिणीला कळले. गुलामगिरीत खितपत पडलेल्या भारताची दु:स्थिती जगासमोर मांडण्याची ही संधी आहे, हे त्यांनी ओळखले आणि मादाम कामा लंडनहून स्टुटगार्टला गेल्या.

या संमेलनाला जगातल्या विविध राष्ट्रांचे जवळजवळ १००० प्रतिनिधी उपस्थित होते. भारताचे प्रतिनिधित्व करण्यासाठी मादाम कामा व्यासपीठावर आल्या तेव्हा त्यांच्या तेजस्वी व्यक्तिमत्त्वामुळे राजघराण्यातली एखादी स्त्री समोर अवतरल्यासारखे उपस्थितांना वाटले.

''या देशात वास्तव्य करणाऱ्या लोकांची संख्या जगाच्या एक-पंचमांश आहे. तेव्हा भारताला दास्यमुक्त करण्यासाठी जगातल्या सगळ्या स्वातंत्र्यप्रेमी लोकांनी मदत केली पाहिजे,'' असा धाडसी ठराव मादाम कामांनी आपल्या भाषणात मांडला. साम्राज्यवादी इंग्रज भारताच्या अर्थव्यवस्थेचे शोषण करत असल्याबद्दल निषेध व्यक्त करून आपल्या भाषणाच्या शेवटी त्यांनी भारतीय राष्ट्रध्वज फडकवला आणि उपस्थितांना उद्देशून त्या म्हणाल्या, ''हा भारताचा राष्ट्रध्वज आहे. राष्ट्रासाठी बलिदान करणाऱ्या अनेक तरुणांच्या रक्तानं हा परमपवित्र बनला आहे. मी आपणा सर्वांना नम्रपणे आवाहन करू इच्छिते की सज्जनहो, उठा आणि या स्वतंत्र भारताच्या राष्ट्रीय ध्वजाला प्रणाम करा. अखिल विश्वातील स्वातंत्र्यप्रेमी लोकांना मी पुनश्च प्रार्थना करते की त्यांनी या झेंड्याला आपलं मन:पूर्वक सहकार्य द्यावं.''

मादाम कामा यांच्या तडफदार आणि तेजस्वी शब्दांनी मंत्रमुग्ध झालेल्या श्रोतृवर्गाने उभे राहून त्या झेंड्याला खरोखरच सन्मानपूर्वक अभिवादन केले.

विदेशी भूमीवर, अनेक देशांच्या प्रतिनिधींसमोर भारताचा राष्ट्रध्वज प्रथम फडकवणाऱ्या मादाम कामा यांचे हे कर्तृत्व आणि निर्भीडपणा अनन्यसाधारण आहे. 'आपल्या राष्ट्रध्वजाला साक्षी ठेवून मगच बोलणे हा माझा परिपाठ आहे', असे म्हणून कोणत्याही समारंभात मादाम कामा सगळ्यात आधी भारताचा राष्ट्रध्वज फडकवत असत.

मादाम कामा यांनी बर्लिनमध्ये फडकवलेल्या या ध्वजाचे प्रारूप त्या स्वत:, स्वातंत्र्यवीर सावरकर आणि इतर काही देशभक्तांनी मिळून ठरवले होते. हा ध्वजही पहिल्या ध्वजासारखाच होता. फक्त ध्वजाच्या वरच्या पट्ट्यावर एक कमळ आणि सात तारे (सप्तर्षी) होते. (आकृती २)

तिसरा ध्वज १९१७ मध्ये फडकवला गेला. लोकमान्य टिळक आणि डॉ. ॲनी बेझंट यांनी होमरूल चळवळीच्या वेळी तो फडकवला. या ध्वजावर पाच लाल आणि पाच हिरवे आडवे पट्टे एका आड एक अशा पद्धतीने रंगवले होते. त्यावर आकाशात जशी सप्तर्षिंची आकृती दिसते, तसेच सात तारे दाखवलेले होते. वरच्या डाव्या कोपऱ्यात युनिअन जॅक होता. वरच्या दुसऱ्या कोपऱ्यात चंद्रकोर आणि चांदणी होती. युनिअन जॅकचा अंतर्भाव या ध्वजात केल्यामुळे तो स्वीकारला गेला नाही. (आकृती ३)

१९२१पासून गांधीजींचा भारतीय राजकारणावरचा प्रभाव वाढला आणि त्यांच्यामुळे पहिला तिरंगी ध्वज अस्तित्वात आला. १९२१च्याच सुमारास बेझवाडा (आजचे विजयवाडा) इथे अखिल भारतीय काँग्रेस समितीच्या अधिवेशनात आंध्रातल्या एका युवकाने एक ध्वज तयार करून गांधीजींना दिला. त्यात लाल आणि हिरवा असे दोन रंग होते. भारतातल्या हिंदू आणि मुस्लीम या दोन मुख्य गटांचे प्रतीक म्हणून हे रंग दर्शवले होते. देशातल्या इतर धर्मांचे प्रतीक म्हणून पांढऱ्या रंगाची तिसरी पट्टी असावी आणि प्रगतीचे सूचक चिन्ह म्हणून चरखा असावा, असे गांधीजींनी त्यावेळी सुचवले. (आकृती ४)

तिरंगी ध्वज निर्माण झाला तो असा; पण अखिल भारतीय काँग्रेस समितीने तो अजून अधिकृतरीत्या मान्य केला नव्हता. मात्र गांधीजींनी त्याला मान्यता दिली असल्यामुळे हा तिरंगा लोकप्रिय झाला. काँग्रेसच्या सगळ्या कार्यक्रमांच्या वेळी तो आवर्जून लावला जायचा.

१९३१मध्ये अखिल भारतीय काँग्रेस समितीचे अधिवेशन कराची येथे

भरले होते. या अधिवेशनात, काँग्रेसला अधिकृतपणे मान्य करता येईल अशा ध्वजाची आवश्यकता पुढे आली आणि त्याबाबत ठरावही झाला. ध्वजातल्या रंगांच्या अर्थाविषयी अगोदरच खूप वादंग निर्माण झाले होते. त्यामुळे कोणत्याही प्रकारे समाजात दुही माजू नये, याची काळजी घेण्याबाबतही या अधिवेशनात चर्चा झाली.

मध्यंतरीच्या काळात ध्वजाचे स्वरूप निश्चित करण्याच्या दृष्टीने एक समिती तयार करण्यात आली. ध्वज कसा असावा, याबाबत लोकांच्या कल्पना आणि मते जाणून घेणे हे या समितीचे काम होते. या समितीने संपूर्ण केशरी रंगाचा आणि वरच्या डाव्या कोपऱ्यात तपकिरी रंगाचा चरखा असलेला ध्वज सुचवला. पण अखिल भारतीय काँग्रेस समितीने तो स्वीकारला नाही. (आकृती ५)

अखेर १९३१मध्ये राष्ट्रध्वज तिरंगी असावा, असा ठराव या समितीने मंजूर केला. केशरी, पांढरा आणि हिरवा हे तीन रंग ध्वजासाठी नक्की करण्यात आले; पण हे रंग कोणत्याही धर्म, जाती, जमातीचे सूचक नाहीत, हेही स्पष्ट करण्यात आले. शिवाय या रंगांचा अर्थही जाहीरपणे सांगण्यात आला. त्यानुसार, केशरी रंग त्याग आणि धैर्याचे प्रतीक आहे. पांढरा रंग सत्य आणि शांततेचे प्रतीक आहे; तर हिरवा रंग समृद्धी, श्रद्धा आणि शौर्य दाखवतो. तेव्हापासून हा तिरंगा स्वातंत्र्यप्राप्तीच्या आपल्या निश्चयाचे द्योतक झाला. '(आकृती ६)

या ध्वजातल्या पांढऱ्या पट्टीवर निळ्या रंगाचा चरखा होता. 'चरखा' हे स्वावलंबनाचे प्रतीक होते. 'विदेशी कापड घेणार नाही. विदेशी यंत्रावर बनवलेलं कापड वापरणार नाही. मी स्वत: सूत कातून त्याचे कपडे वापरीन आणि वस्त्रांच्या बाबतीत स्वावलंबी होईन,' हा स्वावलंबनाचा संदेश चरख्यामागे होता. रशियाच्या राष्ट्रध्वजावर उद्योगाचे प्रतीक म्हणून जसा कोयता आणि हातोडा आहे, तसा स्वावलंबनाचे चिन्ह म्हणून हिंदुस्थानच्या राष्ट्रध्वजावर चरखा होता.

घटना समितीने २२ जुलै १९४७ रोजी तिरंगा ध्वज स्वतंत्र भारताचा राष्ट्रध्वज म्हणून मान्य केला. स्वातंत्र्यप्राप्तीनंतर ध्वजाचे रंग आणि त्यांचा अर्थ, यात बदल झाला नाही. पण त्यावर चरख्याऐवजी अशोकचक्राला स्थान मिळाले. अशोकचक्रांकित तिरंगी ध्वज हा स्वतंत्र भारताचा राष्ट्रध्वज म्हणून निश्चित झाला. (आकृती ७)

अशोकचक्रामागची प्रतीकात्मता

चक्राचे मूलभूत वैशिष्ट्य म्हणजे त्याच्या दोन बाजू. दिवस आणि रात्रीचा लपंडाव, शुक्ल आणि कृष्णपक्ष, उत्तरायण आणि दक्षिणायन, आणि आकुंचन आणि विस्ताराची अखंड चालू असणारी प्रक्रिया या सगळ्यांतून लयबद्ध चक्राकार गतीच प्रतीत होत असल्याचे वैदिक विचारवंतांना जाणवले. काळ आणि अवकाश ही दोन गतीचीच फलिते आहेत, हे लक्षात आल्यामुळेच वैदिक संस्कृतीने या दोन्ही गोष्टी चक्राच्या स्वरूपात दर्शवल्या. वेदांनी चक्राला निर्मितीचे (ब्रह्मचक्र) आणि काळाचे (कालचक्र) प्रतीक म्हटले आहे. काळाच्या संदर्भात भूत, वर्तमान आणि भविष्य हे चक्र निर्माण करतात आणि अवकाशाच्या बाबतीत पृथ्वी, आकाश आणि स्वर्ग यांना चक्रात स्थान आहे. काळ आणि अवकाश या दोन्ही गोष्टींचे निसर्गामध्ये असणारे प्रतीक म्हणजे सूर्य. म्हणून सूर्याला प्राचीन भारतीय परंपरेत महाचक्र किंवा बृहत्‌चक्र असे म्हटले आहे.

या बृहत्‌चक्राच्या अखंड गतीमुळेच पृथ्वीवर सजीवसृष्टीचे अस्तित्व आहे, याचे भान असल्यामुळेच प्राचीन काळापासून भारतात सूर्यपूजा महत्त्वाची मानली गेली आहे.

अति प्राचीन काळी सूर्य ही आकाशातली सपाट, गोल चकती आहे, असा समज होता. सूर्याच्या रथाला घोडे सात; पण चक्र एकच. सूर्यमंडल हेच चक्र आणि त्यावर आरूढ होऊन त्रिभुवन व्यापणारी देवता अदृश्य आहे, असे मानले जाई. याच अर्थाने पुढे दिलेला श्लोक आहे -

एकचक्रो रथो यस्य दिव्यः कनकभूषितः।
समे भवतु सुप्रीतः पद्महस्तो दिवाकरः॥

वैदिक काळात यज्ञाच्या वेळी सूर्याचा प्रतिनिधी म्हणून चक्राचाच उपयोग केला जाई. ऋग्वेदात सूर्याच्या सोनेरी चक्राला आज्ञा देणाऱ्या देवाची प्रार्थना आहे. शिवाय विश्वाचे अस्तित्व ज्याच्यावर अवलंबून आहे आणि ज्याला कोणी रोखू शकत नाही, अशा दिव्यचक्राचाही गौरव वेदांनी केला आहे. हे अबाधित चक्र म्हणजेच कालचक्र. कालचक्राचा साक्षात्कार प्रथम अनुभवला तो दीर्घतमा ऋषींनी. या अनुभवाला शब्दबद्ध करताना त्यांनी म्हटले आहे -

द्वादशारं न हि तज्जराय। वर्वर्ति चक्रं परिद्यामृतस्य।

(हे बारा आऱ्यांचे दिव्यचक्र कधीही न झिजता आकाशमंडलात अखंड भ्रमण करत असते.)

आकृती १
मादाम कामा यांनी स्टुटगार्ट येथे फडकवलेला
पहिला राष्ट्र ध्वज, १९०६

आकृती २
श्रीमती कामा व त्यांच्याबरोबरचे हद्दपार क्रांतिकारक यांनी
बर्लिनमध्ये फडकवलेला राष्ट्रध्वज, १९०७

आकृती ३

होमरुल चळवळीच्या वेळी डॉ. ॲनी बेझंट व
लोकमान्य टिळक यांनी हा ध्वज फडकवला, १९१७

आकृती ४

गांधीजींनी मंजूर केलेला तिरंगी ध्वज, १९२१

आकृती ५

१९३१ मध्ये सुचवलेला परंतु काँग्रेसने न स्वीकारलेला ध्वज

आकृती ६

१९३१ मध्ये काँग्रेसने औपचारिकरित्या मंजूर केलेला राष्ट्रध्वज

आकृती ७

राष्ट्रध्वज - १९४७

आकृती ८

लष्कराचा ध्वज

आकृती ९
भारतीय आरमाराचा ध्वज

आकृती १०
भारतीय वायुदलाचा ध्वज

आकृती ११
लष्कराच्या चीफ स्टाफचा वैयक्तिक ध्वज

आकृती १२
राज्यपालांचा ध्वज सर्व राज्यपालांचे ध्वज असेच आहेत. फक्त ध्वजावरील राज्याचे नांव बदलते.

आकृती १३
राष्ट्रपतींचा ध्वज

आकृती १४
राष्ट्रपतींचा ध्वज - आरमार

आकृती १५. भारतीय निळा ध्वज

आकृती १६
भारतीय लाल ध्वज

आकृती १७
राष्ट्रपतींचा ध्वज
विमान दल

पृथ्वीचे भ्रमणही चक्राकार आहे. सूर्य आणि नवग्रह आकाशगंगेच्या चक्रावर आरूढ आहेत. सूर्य चक्राकार फिरतो आणि कालचक्राला गती देतो. कल्पामागून कल्पे येतात, मन्वंतरे एका मागोमाग एक अशी चालू राहतात. फाल्गुन चैत्राला गळामिठी घालतो आणि मासचक्र सुरू राहते. दिवस आणि रात्रीचे लहानलहान फेरेही अविरत सुरू असतात. ज्ञानदेवांनी या लहानमोठ्या फेऱ्यांचे वर्णन करताना म्हटले आहे -

संहारवाते प्रचंडे। पडती प्रलयांतिची सालडे।
तव कल्पादीपी जुंबाडे। पाल्हेजती।।
कलियुगांती कोरडी। चहु युगांची साले सांडी।
तव कृतयुगाची पेली देव्हडी। पडे पुढती।।

महाभारताच्या आदिपर्वातही कालचक्राविषयीची एक गमतीशीर गोष्ट आहे. आपल्या गुरुपत्नीसाठी मिळवलेली कुंडले तक्षकाने पळवली तेव्हा उत्तंक त्याचा पाठलाग करत पाताळात पोहोचला. तिथे त्याला आश्चर्यचकित करणाऱ्या अनेक गोष्टी दिसल्या. त्यातले आश्चर्य म्हणजे फिरणारे चक्र. त्याला तीनशे साठ आरे होते. चोवीस पुठ्ठ्यांचे त्यांना बंधन होते. सहा कुमार हे चक्र फिरवत होते. परत आल्यावर तो या चक्राविषयी गुरुंशी बोलला तेव्हा गुरु त्याला म्हणाले, ''अरे, हे चक्र म्हणजे वर्षचक्र. तीनशे साठ आरे म्हणजे वर्षाचे तीनशे साठ दिवस. त्याचे चोवीस पुठ्ठे म्हणजे वर्षाचे तेवढे शुक्ल आणि कृष्ण पक्ष. चक्र अखंड फिरतं ठेवणारे सहा कुमार म्हणजे षड्ऋतू.''

सूर्य कालचक्राला गती देतो आणि श्रीविष्णू विश्वचक्र चालवतो, असे भारतीय परंपरा मानते. भगवान बुद्धाने त्यानंतर धर्मचक्राचे प्रवर्तन केले. हे तिघेही चक्राला गती देणारे आहेत. म्हणून चक्र फिरवणे म्हणजे ईश्वरी कार्य करणे अशी कल्पना बौद्ध धर्मात रूढ झाली, आणि म्हणूनच बौद्धविहारात चक्र फिरवण्याची पद्धत आहे. या चक्रांना 'प्रार्थना चक्र' म्हटले जाते. बुद्धाचे धर्मचक्र प्रवर्तन अखंड चालू आहे, अशी भावना यामागे आहे.

इतर धर्मांमध्येही चक्राची संकल्पना आहे. प्राचीन काळात बॅबिलोनमध्ये अशाच प्रकारच्या चक्रांचा उपयोग होत असल्याचे दाखले इतिहासात आहेत. इजिप्तच्या मंदिरांमध्ये इसवीसन पूर्व तिसऱ्या शतकात चक्रांचे अस्तित्व होते आणि अगदी अलीकडेपर्यंत युरोपातील चर्चमध्येही प्रार्थनेचा एक प्रकार म्हणून चक्रे वापरली जात, असे उल्लेख आहेत.

भारतात जैनधर्मीयांचे सिद्धचक्र आणि तांत्रिकांचे श्रीचक्रही प्रसिद्ध आहे. गांधीजींच्या चरख्याचे चक्र प्रारंभी ध्वजावर आरूढ झाले, ते प्रवर्तनाची खूण म्हणूनच. शाश्वत गती आणि संरक्षण ही चक्राची दोन तत्त्वे आहेत. चक्राचे वर्तुळाकार अखंड भ्रमण, कधीही न संपणारी परंपरा सूचित करते आणि त्याचा वेढा संरक्षणाची ग्वाही देतो. बाळाच्या पायातले वाळे, हातातली कडी, स्त्री-पुरुषांच्या बोटातली अंगठी आणि स्त्रीच्या हातातले कंकण या सगळ्यामागे ही संरक्षणाची भावनाच आहे.

चक्रपूजा करणारा एक संप्रदायही भारतात होता. आजही या संप्रदायाच्या काही खुणा शिल्लक असलेल्या दिसतात. हिंदू कुटुंबांमध्ये विवाहसमारंभाच्या प्रारंभी प्रजापतीच्या (ब्रह्मदेवाच्या) चाकाची पूजा करण्याची प्रथा आहे. याचा अर्थ स्पष्ट आहे. ब्रह्मदेवाचे म्हणजेच सृष्टीच्या निर्मात्याचे चक्र अखंड गतिशील ठेवण्यासाठी लग्नसंस्था ही सर्वांत महत्त्वाची संस्था आहे. ही संस्था प्रजनन प्रक्रियेद्वारा सृष्टिनिर्मात्याचे चक्र सतत फिरते ठेवते. म्हणून लग्नविधींच्या प्रारंभी घरातल्या स्त्रिया कुंभाराच्या चाकाची किंवा जात्याची पूजा करतात. काही कुटुंबांमध्ये ही प्रथा अजूनही पाळली जाते.

चक्राचे दोन मुख्य घटक असतात : केंद्रबिंदू आणि परीघ. केंद्रबिंदू स्थिर असतो आणि परीघ हा गतीशी बांधलेला असतो. केंद्रबिंदू एकात्मता दर्शवतो ; तर परीघ वैविध्य सूचित करतो. म्हणूनच संपूर्ण चक्र हा एकात्मता आणि विविधता यांचा मिलाफ आहे. स्थैर्य आणि गती यांच्यातला सुसंवाद चक्रातून प्रतीत होतो. एकाच बिंदूतून निघणारे आणि परिघावरच्या असंख्य बिंदूंचे प्रतिनिधित्व करणारे आरे (spoke) हाही चक्राचा एक महत्त्वाचा घटक आहे. भारतीय परंपरेने असा प्रत्येक आरा हे जीवनाच्या किंवा सर्जनशीलतेच्या भूमितीचे प्रतीक मानले आहे. म्हणूनच सगळे ब्रह्मांड, मानवी जीवन, समाज आणि जीवनप्रवासाला गती देणारी प्रत्येक कृती ही सहस्र आऱ्यांभोवती फिरणारे चक्र असल्याची कल्पना इथल्या प्राचीन संस्कृतीने केली.

बुद्धाने आपल्या शिष्यांपुढे जे पहिले धर्मप्रवचन केले, त्या घटनेला बौद्ध साहित्यात 'धर्मचक्र परिवर्तन' असे नाव आहे. हेच धर्मचक्र अखंड गतिमान रहावे म्हणून अशोकाने भगीरथ प्रयत्न केले आणि आपल्या अनेक शिलास्तंभांवर चक्राचे चिन्ह कोरून पुढच्या पिढीला त्या कर्तव्याची जाणीव करून दिली.

चक्र हे भारताच्या प्राचीन संस्कृतीचे प्रतीक आहे. चक्र लयबद्ध अशी गती सूचित करते. मानवी जीवन अनेक प्रकारे या गतीशी बांधले गेले आहे. सहा ऋतूंच्या अखंड चक्रातूनच निसर्गाचे काव्य जन्माला येते. झाडांचे फुलणे-फळणे, ऊन-थंडी, पावसाचा लपंडाव, नाना तऱ्हेचे पक्षी आणि प्राणी ही सगळी ऋतुचक्राची देणगी आहे. भूमी नांगरणाऱ्याला चक्राचा चमत्कार अंकुरणाऱ्या बीजातून आणि नंतरच्या फुला-फळातून दिसतो. बालपण, तारुण्य आणि वृद्धावस्था या जीवनचक्राच्याच तीन अवस्था आहेत. थोडक्यात, विश्वाच्या आणि मानवी आयुष्याच्या सर्वोच्च अशा नियमांचे चक्र हे प्रतीक आहे.

भारताच्या राष्ट्रध्वजावरचे चक्र हे सारनाथ इथल्या सम्राट अशोकाने उभारलेल्या स्तंभावरचे चक्र आहे. अशोक हा भारतातल्या पराक्रमी मौर्य घराण्यातला राजा. त्याने पुष्कळ पराक्रम गाजवून मोठा राज्यविस्तार केला. पण कलिंगाचे राज्य जिंकून घेण्यासाठी त्याने जे युद्ध केले, त्या वेळी झालेली भयंकर हिंसा आणि रक्तपात पाहून अशोकाचे संपूर्ण मतपरिवर्तन झाले. युद्ध करून प्रदेश जिंकून घेण्यातली निरर्थकता त्याला कळली. त्याने बौद्धधर्म स्वीकारला आणि आपले उर्वरित आयुष्य आणि वैभव त्याने बौद्ध तत्त्वज्ञानाच्या प्रसारासाठी खर्च केले.

सारनाथ या ठिकाणी बुद्धाने पहिला उपदेश केला. त्याची आठवण म्हणून अशोकाने त्या ठिकाणी ४० फूट उंचीचा स्तंभ उभारला. सारनाथ इथे उभारलेला स्तंभ अशोकस्तंभ म्हणूनच ओळखला जातो. या स्तंभावर चार दिशांना तोंड असलेले चार सिंह आहेत आणि त्यांच्या पायाशी चक्र खोदलेले आहे. हेच चक्र राष्ट्रध्वजावर घेतले आहे. वस्तुतः मुळात या स्तंभावरच्या चार सिंहांच्या माथ्यावर एक महाचक्र होते. मात्र नंतरच्या कालखंडातल्या काही घडामोडींमध्ये ते तुटले. त्यामुळे राष्ट्रध्वजावर सिंहाच्या पायाशी असलेल्या लहान चक्रांपैकी एकाचा स्वीकार करण्यात आला.

राष्ट्रध्वजावरच्या अशोकचक्राला २४ आरे आहेत. डॉ. वासुदेवशरण अग्रवाल या ज्येष्ठ अभ्यासकाने चक्रध्वजाच्या संकल्पनेची उकल केली आहे. त्यांच्या मते, हे आरे भौतिक जगाचे स्वरूप स्पष्ट करतात. म्हणजेच ते मानवी जीवनातले वास्तव सूचित करतात. या वास्तवात खाली दिलेल्या घटकांचा समावेश आहे

१. निसर्ग : ज्यावर वैज्ञानिक आणि तत्वज्ञ या दोघांची श्रद्धा आहे. आणि ज्याच्यामुळे सगळ्या सजीवमात्रांचे अस्तित्व आहे.

२. महत्‌तत्त्व : बुद्धी
३. अहंकार : स्वत:च्या अस्तित्वाची जाणीव
४. मानस : मन, जागृती
५. पाच ज्ञानेंद्रिये
६. पाच कर्मेंद्रिये
७. ज्ञानेंद्रियांद्वारा होणाऱ्या पाच जाणिवा : ध्वनी,स्पर्श,आकार, रुचि आणि गंध
८. पंचमहाभूते : पृथ्वी, आप, तेज, वायू, आकाश

अशोकस्तंभावर कोरले गेलेले चक्र हेच धर्मचक्र आहे आणि भारतीय संस्कृतीच्या लेखी असलेले या चक्राचे महत्त्व लक्षात घेऊनच स्वातंत्र्यप्राप्तीनंतर या चक्राला राष्ट्रीय ध्वजावर स्थान मिळाले.

पंडित जवाहरलाल नेहरू यांनी मांडलेला ठराव आणि ध्वजाविषयीचे विचार

२२ जुलै १९४७ रोजी पंडित जवाहरलाल नेहरू यांनी राष्ट्रध्वजाबाबत घटना समितीच्या बैठकीत ठराव मांडला आणि भारताच्या तिरंगी राष्ट्रध्वजाला अधिकृत मान्यता मिळाली. नेहरूंनी मांडलेला ठराव असा होता -

> ''भारताचा राष्ट्रध्वज तिरंगी राहील. त्यावर गडद केशरी, पांढरा आणि गडद हिरवा, या रंगांचे सारख्या आकाराचे तीन आडवे पट्टे राहतील. मध्यभागी पांढऱ्या रंगावर गडद निळ्या रंगाचे एक चक्र राहील. ते चरख्याचे प्रतीक राहील. हे चक्र सारनाथ येथील अशोकस्तंभावरील चक्रासारखे राहील. या चक्राचा व्यास जवळजवळ पांढऱ्या पट्ट्याच्या रुंदीइतका राहील. ध्वजाच्या लांबी-रुंदीचे प्रमाण सर्वसाधारणपणे ३ : २ असे राहील.''

या ठरावानंतर नेहरूंनी जे भाषण केले, त्यामुळे ध्वजाचा अर्थ लावण्याबाबतचे सगळे वादही मिटले. राष्ट्रध्वजाचे स्वरूप निश्चित करताना त्या वेळच्या लोकनेत्यांच्या मनात काय विचार होते, त्यांची भूमिका काय होती, हे समजून घेण्यासाठी पंडित नेहरूंचे भाषण नमुन्यादाखल देणे श्रेयस्कर ठरेल -

> *''या घटकेला माझ्या अंत:करणात ज्या भावना उचंबळून आल्या आहेत त्याच सभागृहातील बऱ्याच सभासदांच्या अंत:करणात*

उचंबळून आल्या असतील, अशी माझी खात्री आहे; कारण जो ठराव व जो ध्वज सभागृहाला सादर करण्याचे भाग्य मला लाभले आहे त्याच्या मागे राष्ट्राच्या जीवनाच्या एका लहानशा कालखंडाचा इतिहास आहे. कधी कधी लहानशा कालखंडातच आपल्याला अनेक शतकांचा अनुभव मिळतो. आपल्या या महान राष्ट्राच्या स्वातंत्र्यलढ्यातील आशानिराशांचे क्षण माझ्या आठवणीत आहेत. आपण या ध्वजाकडे केवळ अभिमानाने व उत्साहाने बघत नव्हतो; तर या ध्वजामुळे आपल्या नसानसांतून कसे चैतन्य वाहत होते व कधी कधी आपली मने, निराशा व निरुत्साह यांनी ग्रासली गेली असताना, या ध्वजाच्या दर्शनाने आपल्याला पुन्हा धडाडीने आगेकूच करण्याची प्रेरणा कशी मिळत होती, याची मला आठवण होते. सभागृहातल्या बऱ्याच जणांनाही याची आठवण असेल. आज येथे उपस्थित नसलेले बरेच लोक व दिवंगत झालेले आपले बरेच सहकारी याच ध्वजाखाली एकत्र आले व त्यांच्यातील काही जण जीवनाच्या अखेरच्या क्षणापर्यंत त्याच्या सन्मानासाठी लढत राहिले. ध्वजासाठी प्राणार्पण करत असताना त्यांनी हा ध्वज उंच फडकवण्यासाठी आपल्या सहकाऱ्यांच्या हाती दिला. या ठरावातील साध्या शब्दांमध्ये लोकांच्या स्वातंत्र्यलढ्याची, तो चालू असताना आपल्याला ज्या दिव्यातून जावे लागले त्याची व अखेरीस या लढ्याची परिणती आपल्या स्वातंत्र्यप्राप्तीत झाली; या सुखद गोष्टीची स्मृती सामावलेली आहे.

या ध्वजाचे वर्णन निरनिराळ्या प्रकारे करण्यात आले आहे. काही लोकांना त्याचा अर्थ समजला नाही व या ध्वजाचा अमुक भाग, अमुक धर्माच्या लोकांचे प्रतीक आहे असे त्यांना वाटले; परंतु मला असे सांगायचे आहे की जेव्हा हा ध्वज तयार करण्यात आला तेव्हा धर्म किंवा जात यांच्याशी त्याचा काहीही संबंध नव्हता. राष्ट्रध्वज हे आपल्या राष्ट्राचे प्रतीक असल्यामुळे ते सुंदर असले पाहिजे असा विचार करून आम्ही

ध्वज कसा असावा, याचा विचार केला. जो ध्वज अंशतः तसेच पूर्णतः आपल्या देशाचे स्वत्व व त्याची हजारो वर्षांची परंपरा असलेल्या समन्वयाचे प्रतीक ठरू शकेल, असा ध्वज आपण स्वीकारावा असे आपल्याला वाटले.

आता मी या विशिष्ट ध्वजासंबंधी चार शब्द बोलतो. गेल्या काही वर्षांत आपल्यापैकी बऱ्याच जणांनी जो ध्वज पाहिला आहे, त्यापेक्षा हा ध्वज किंचित वेगळा आहे. रंग तेच आहेत- गडद केशरी, पांढरा व गडद हिरवा. पांढऱ्या रंगाच्या पट्टीवर देशातील सामान्य माणसाचे प्रतीक म्हणून चरखा होता. भारतीय लोक व त्यांचा उद्योगव्यवसाय यांचे तो प्रतीक होता. महात्मा गांधींनी आपल्याला जो संदेश दिला, त्याचे तो प्रतीक होता. या नव्या ध्वजात चरख्याच्या आकृतीत थोडा बदल करण्यात आला आहे. तो अजिबात काढून टाकण्यात आलेला नाही. त्यात बदल करण्याचे कारण असे की साधारणपणे ध्वजाच्या एका बाजूला जी आकृती असते तशीच आकृती दुसऱ्या बाजूलाही असली पाहिजे, हा एक रूढ संकेत आहे. तो पाळला नाही तर अडचण निर्माण होते. पूर्वीच्या ध्वजावर चरख्याची आकृती होती. ही आकृती एका बाजूने पाहिली असता चाक डाव्या बाजूला व चाती उजव्या बाजूला असेल; तर हीच आकृती ध्वजाच्या दुसऱ्या बाजूकडून पाहिली असता, हे चाक उजव्या बाजूला व चाती डाव्या बाजूला आहे असे उलटे दिसते. ही एक व्यावहारिक अडचण होती. बराच विचार केल्यानंतर आपल्याला असे वाटले की ज्या महान प्रतीकाने लोकांमध्ये उत्साह निर्माण केला, ते हे चरख्याचे प्रतीक चालूच ठेवावे; परंतु त्यात थोडा बदल करण्यात यावा व तो बदल म्हणजे चरख्याचे फक्त चाक ठेवण्यात यावे व उरलेला भाग म्हणजे चाती व दोरी वगळ्यात यावी. म्हणजे ध्वजावरील आकृती गोल राहिल्याने ती कोणत्याही बाजूने पाहिली असता सारखीच दिसेल व गोंधळ निर्माण होणार नाही. चरख्याचा महत्त्वाचा भाग म्हणजे चाक,

ते कायम रहावे असे आपल्याला वाटले. अशा प्रकारे चरखा व चक्र या संबंधीची जुनी परंपरा चालू ठेवण्यात आली आहे.

परंतु हे चक्र कोणत्या प्रकारचे असावे? बऱ्याच चक्रांचा आपण विचार केला. परंतु त्यापैकी अशोकस्तंभाच्या वरच्या भागावरील चक्र सर्वांत जास्त योग्य वाटले. हे चक्र अनेक ठिकाणी पाहायला मिळते व आपण सर्वांनी ते पाहिले आहे. हे चक्र भारताच्या पुरातन संस्कृतीचे प्रतीक आहे. युगानुयुगे भारताची ज्या मूल्यांवर श्रद्धा आहे, त्यांचे हे प्रतीक आहे. म्हणून हे चक्र आपल्या ध्वजावर असावे, असे आपण ठरवले. अशा रीतीने आपण आपल्या ध्वजाशी केवळ हे बोधचिन्ह नव्हे तर भारताच्या व जगाच्याही इतिहासात जे अत्यंत थोर राजे होऊन गेले त्यांच्यापैकी एका राजाचे, सम्राट अशोकाचे नाव संलग्न केले आहे, याबद्दल मला अत्यंत आनंद होतो. आज संघर्ष व असहिष्णुता यांचे प्राबल्य माजलेले असताना, आपण पुरातनकालच्या भारताच्या मूल्यांचा विचार करावा, हे योग्यच आहे.

सम्राट अशोकाचा उल्लेख मी केलेलाच आहे. अशोकाचा कालखंड हा निःसंशय भारताच्या इतिहासातील आंतरराष्ट्रीय कालखंड होता, हे आपण लक्षात ठेवले पाहिजे. तो कालखंड केवळ आपल्या देशाच्या दृष्टीने महत्त्वाचा नव्हता. भारताने आपले दूत दूरदूरच्या देशात पाठवले तो हा कालखंड होता. एखादा सार्वभौम राजा, आपल्या सत्तेचा प्रतिनिधी म्हणून परदेशात दूत पाठवतो तसे हे दूत नव्हते; तर ते शांतता, संस्कृती व सद्भावना यांचे दूत होते. म्हणून जो ध्वज आपल्याला सादर करण्याचे भाग्य मला लाभले आहे तो ध्वज, कोणत्याही साम्राज्याचे, साम्राज्यवादाचे किंवा कोणावरही प्रभुत्व स्थापन करण्याचे प्रतीक नाही; तर स्वातंत्र्याचे, केवळ आपलेच स्वातंत्र्य नव्हे; तर जे जे लोक हा ध्वज पाहतील त्या त्या सर्व लोकांच्या स्वातंत्र्याचे प्रतीक आहे, असा माझा विश्वास आहे. हा ध्वज

जेथे जेथे जाईल- आणि तो अत्यंत दूरवरच्या देशांपर्यंत जाईल, अशी मला आशा वाटते- त्या त्या देशांकडे तो स्वातंत्र्याचा व मैत्रीचा संदेश घेऊन जाईल. जगातील प्रत्येक देशाचा मित्रभाव संपादन करण्याची व स्वातंत्र्यासाठी झगडणाऱ्या कोणत्याही देशाला मदत करण्याची भारताची इच्छा आहे, असा संदेश घेऊन जाईल.''

पंडित नेहरूंनी घटना समितीपुढे जो ध्वज सादर केला तो चौकोनी तिरंगा ध्वज होता. त्यावर सारख्या रुंदीचे तीन आडवे पट्टे होते. वरचा पट्टा भारतीय केशरी रंगाचा, मधला पांढरा आणि खालचा भारतीय हिरव्या रंगाचा होता. जगातल्या प्रमाणभूत रंगपत्रकात हे दोन रंग मुळात नव्हते. भारतीय केशरी आणि भारतीय हिरवा हे रंग भारताच्या राष्ट्रध्वजासाठीच वापरले जात असल्यामुळे नंतर ते शास्त्रशुद्धरीत्या निश्चित केले गेले आणि त्यांची व्याख्या करून जागतिक प्रमाणभूत रंगपत्रकात त्यांचा समावेश करण्यात आला. राष्ट्रध्वजावरचे हे रंग धर्म किंवा जातिसूचक नाहीत; यावर घटना समितीच्या सगळ्याच सदस्यांनी भर दिला.

डॉ. राधाकृष्णन यांनी तर राष्ट्रध्वजाच्या रंगांचा तत्त्वज्ञानात्मक अर्थ लावला. त्यांनी घटना समितीसमोर सांगितले,

''भगवा किंवा भारतीय केशरी हा त्याग आणि नि:स्पृहता यांचं प्रतीक आहे. आपल्या पुढाऱ्यांनी लौकिक लाभांविषयी उदासीन राहिलं पाहिजे आणि निरलसपणे काम केलं पाहिजे. पांढरा रंग प्रकाशाचा, म्हणजे आपल्या आचरणाला मार्गदर्शन करणाऱ्या सत्याचा रंग आहे. हिरवा रंग, जमिनीसोबतचं, म्हणजेच ज्यावर जीवसृष्टी अवलंबून आहे, त्या वनस्पतिविश्वासोबतचं आपलं नातं व्यक्त करतो. अशोकचक्र हे धर्मचक्र आहे. या ध्वजाखाली कार्य करणाऱ्यांनी सत्याचं आणि धर्माचं पालन केलं पाहिजे. चक्र म्हणजे गती! गतिशून्यता म्हणजे मृत्यू! गतिशीलता हे जिवंतपणाचं लक्षण आहे. भारतानं परिवर्तनाला विरोध करता कामा नये. भारतानं गतिशील राहिलं पाहिजे. पुढे गेलं पाहिजे. चक्र हे गतिशीलतेचं, शांततामय परिवर्तनाचं प्रतीक असल्यामुळे राष्ट्रध्वजावर चरख्याचं

चक्र असण्याच्या मूळ कल्पनेला यामुळे बाधा येत नाही.''

राष्ट्रध्वजाचा मान

राष्ट्रध्वजाचा आदर राखण्यासाठी त्याबाबतचे नियम माहीत करून घेणे आवश्यक आहे. गृह खाते आणि लष्कराचे मुख्य कार्यालय यांच्या विनंतीवरून इंडियन स्टँडर्ड्स इन्स्टिट्यूट या संस्थेने भारताचा प्रमाणभूत राष्ट्रध्वज तयार केला आहे. सरकारी समारंभात फडकवले जाणारे सगळे ध्वज या ध्वजासारखेच असले पाहिजेत, असा नियम आहे. इतर प्रसंगीही प्रमाणभूत ध्वजासारखेच ध्वज वापरणे अपेक्षित आहे. मोटारींवर लावण्यात येणाऱ्या ध्वजांसकट ध्वजासाठी पाच प्रमाणभूत आकार ठरवण्यात आले आहेत : २१' x १४', १२' x ८', ६' x ४' आणि ९' x ६' असे हे आकार आहेत.

ध्वजाचे कापड, रंग आणि त्यासाठी लागणारे इतर साहित्य यांची शास्त्रीयदृष्ट्या कडक चाचणी केली जाते. राष्ट्रध्वज हा सुरुवातीपासून हातकताईच्या कापडापासूनच बनवण्यात येतो. देशाचे पहिले पंतप्रधान पंडित जवाहरलाल नेहरू यांचा याबाबत आग्रह होता. त्यामुळे सुती खादी, हाताने विणलेली लोकर किंवा रेशमाचाच राष्ट्रध्वज बनवण्यात यावा, असे प्रारंभीच निश्चित करण्यात आले आहे. प्रमाणभूत ध्वजाचा नमुना इंडियन स्टँडर्ड्स इन्स्टिट्यूटमध्ये आहे. शहाजहानपूर इथल्या ऑर्डनन्स क्लोदिंग फॅक्टरीत राष्ट्रध्वज तयार करून ते सगळीकडे पुरवले जातात.

राष्ट्रध्वज फाटका, विरलेला किंवा रंग गेलेला असता कामा नये, ही बाबही महत्त्वाची आहे. जिथे ध्वज फडकवायचा ती जागा मानाची आणि सगळ्यांना स्पष्ट दिसेल अशी असायला हवी. सरकारी इमारतींवरचा ध्वज सुट्टीच्या दिवसांसह सगळ्या दिवशी सूर्योदयापासून सूर्यास्तापर्यंत फडकवण्यात यावा, असा नियम आहे. राष्ट्रध्वज इमारतीच्या दर्शनी भागाला, खिडकीला किंवा गच्चीच्या कठड्याला काठीच्या साहाय्याने लावला जातो तेव्हा ध्वजाचा केशरी रंगाचा पट्टा काठीच्या दूरच्या टोकाला असायला पाहिजे. ध्वज आडवा लावायचा झाला तर केशरी रंगाचा पट्टा वर असायला हवा. ध्वज रस्त्याच्या मध्यभागी लावला तर तो उभा लावला पाहिजे. रस्ता पूर्व-पश्चिम असला तर केशरी रंगाचा पट्टा उत्तरेकडे आणि उत्तर-दक्षिण असला तर तो रंग पूर्वेकडे असला पाहिजे.

राष्ट्रध्वज व्यासपीठावर लावला तर तो वक्त्याच्या उजवीकडे असावा.

एखाद्या पुतळ्याच्या अनावरण प्रसंगी राष्ट्रध्वज लावायला असला तर तो वेगळ्या ठिकाणी आणि स्पष्ट दिसेल, असाच लावायला हवा. मोटारीला लावताना, तो समोरच्या भागाला उभा दांडा भक्कमरीत्या जोडूनच लावला पाहिजे. उपराष्ट्रपती, राज्यपाल, लेफ्टनंट गव्हर्नर, माजी संस्थानिक, परदेशांतील भारताच्या राजनैतिक कार्यालयांचे प्रमुख यांनाच फक्त मोटारींवर राष्ट्रध्वज लावायची परवानगी आहे. केवळ महत्त्वाच्या राष्ट्रीय प्रसंगी आणि दौऱ्यावर असताना मंत्र्यांना राष्ट्रध्वज लावण्याची परवानगी असते.

मिरवणुकीच्या किंवा कवायतीच्या वेळी ध्वज न्यायचा असेल तर तो समोर आणि उजव्या बाजूला असायला हवा. इतर कोणताही ध्वज किंवा पताका राष्ट्रध्वजापेक्षा वरच्या जागी असता कामा नये. राष्ट्रध्वजाच्या स्तंभावर फुले, हार लावण्याची परवानगी नाही. सुशोभीकरणाचे साधन म्हणून राष्ट्रध्वज लावू नये, असा नियम आहे. ध्वजाचा कधीही जमिनीला स्पर्श होणार नाही आणि तो पाण्यातून फरपटत नेला जाणार नाही, याबाबत प्रत्येकाने दक्ष असायला हवे.

शासकीय किंवा लष्करी अंत्ययात्रेखेरीज इतर कुठल्याही प्रसंगी आच्छादन म्हणून ध्वजाचा उपयोग करता कामा नयेत. अंत्ययात्रेच्या वेळी शवपेटीवर ध्वज पसरताना, डोक्याच्या बाजूला केशरी रंगाचा पट्टा असला पाहिजे. शवाबरोबर ध्वजाचे दहन किंवा दफन केले जाणार नाही, असाही नियम आहे.

गणवेषाचा एक भाग म्हणून, किंवा जाहिरात करण्यासाठी ध्वजाचा उपयोग करण्याची परवानगी नसते. केंद्र सरकारची परवानगी न घेता कुठल्याही उद्योग-व्यवसायासाठी, पेटंटसाठी किंवा ट्रेडमार्क म्हणून ध्वजाचा उपयोग करता येत नाही. गाद्या, उशा, तक्के, हातरुमाल यांवर त्याची छपाई किंवा भरतकामही करता येत नाही.

ध्वज खराब झाला तर तो अडगळीत टाकणे किंवा फेकून देणे या गोष्टींना परवानगी नाही. तो खाजगीरीत्या नष्ट करावा. शक्यतो तो कुणाला न दिसेल अशा पद्धतीने जाळण्यात यावा किंवा ध्वजाची प्रतिष्ठा राखली जाईल अशाच इतर मार्गांनी नष्ट करण्यात यावा.

प्रजासत्ताक दिन, त्यानंतरचा राष्ट्रीय सप्ताह, स्वातंत्र्य दिन, गांधी जयंती या दिवशी आणि राष्ट्रीय महोत्सवांच्या इतर प्रसंगी ध्वज सर्वांना लावता येईल. पण त्यावेळीही वर दिलेले नियम पाळणे आवश्यक आहे.

ध्वजावतरण आणि ध्वजारोहणाच्या वेळी उपस्थित असलेल्या सगळ्यांनी 'सावधान'च्या स्थितीत उभे असायला हवे. जे गणवेशात असतील, त्यांनी

ध्वजाला योग्य तऱ्हेने अभिवादन करायला हवे.

उच्च न्यायालय, सचिवालय, आयुक्त आणि जिल्हाधिकारी यांची कार्यालये, तुरुंग, जिल्हा परिषद, नगरपालिका यांसारख्या महत्त्वाच्या इमारतींवरच राष्ट्रध्वज लावण्यात यावा. उपराष्ट्रपती, परदेशी असलेल्या राजनैतिक अधिकाऱ्यांची सरकारी निवासस्थाने अशा ठिकाणी राष्ट्रध्वज कायम फडकता ठेवण्याची प्रथा आहे.

सीमा भागात, कस्टम्स चौक्यांवर, नाक्यांवर राष्ट्रध्वज फडकवण्याला विशेष महत्त्व आहे. तिथे तो लावला जावा. सीमारक्षकांच्या शिबिरातही तो लावला जावा, असा नियम आहे.

उपराष्ट्रपती किंवा पंतप्रधान परदेशाला भेट देत असतील तर त्यांना घेऊन जाणाऱ्या विमानावर राष्ट्रध्वज फडकवला जातो. राष्ट्रपती परदेशी जात असतील तर विमानावर राष्ट्रपतींचा व्यक्तिगत ध्वज लावला जातो.

सेनादलाचे ध्वज

लष्कर, आरमार आणि वायुदलाचे स्वतंत्र ध्वज आहेत.

लष्कराचा ध्वज भडक लाल रंगाचा असतो. त्यावर मध्यभागी एकमेकींना छेदणाऱ्या दोन तलवारी आणि अशोकस्तंभावरचे सिंह आहेत. हा ध्वज लष्करी विभागाच्या मुख्य कार्यालयात, लष्कराशी संबंधित खास प्रसंगी, प्रातिनिधिक सामन्यांच्या वेळी आणि लष्करी क्रीडास्पर्धांच्या वेळी लावला जातो. *(आकृती ८)*

देशाचा तिरंगा ध्वजही लष्करामार्फत काही विशिष्ट ठिकाणी फडकवला जातो. जिथे लष्करी पथके आहेत, असे किल्ले, एओसी केंद्रे, सीमेवरची ठाणी आणि संयुक्त चौक्या, मिलिटरी कॉलेज, फिल्ड मेडिकल युनिट, भरती कार्यालये अशा ठिकाणी लष्करातर्फे राष्ट्रध्वजच लावला जातो. शिवाय राष्ट्रपती, उपराष्ट्रपती, पंतप्रधान यांना सलामी देतानाही राष्ट्रध्वज फडकवण्याची प्रथा आहे. युद्धक्षेत्रात रेडक्रॉसच्या ध्वजासोबत राष्ट्रध्वजही लावला जातो.

भारतीय आरमाराचा ध्वज पांढऱ्या रंगाचा असतो. त्यावर रेडक्रॉस असतो. ध्वजस्तंभाला जवळ असलेल्या वरच्या कोपऱ्यात, राष्ट्रध्वज वरून लावलेला असतो. *(आकृती ९)*

समुद्रकिनाऱ्यावरच्या सगळ्या आरमारी केंद्रांवर सकाळी आठ ते सूर्यास्तापर्यंत फक्त आरमाराचाच ध्वज फडकवला जातो. बंदरातल्या जहाजांवर समोरच्या भागावर राष्ट्रध्वज आणि मागच्या बाजूला आरमाराचा ध्वज असतो. सकाळी

आठपासून सूर्यास्तापर्यंत हे दोन्ही ध्वज फडकवलेले असतात.

राष्ट्रीय समारंभाच्या दिवशी जहाजावर आणि किनाऱ्यावर ध्वजारोहण आणि ध्वजावतरण समारंभपूर्वक केले जाते. यावेळी सगळे नाविक आणि अधिकारी उपस्थित राहून ध्वजाला सलामी देतात.

जहाज समुद्रात असताना राष्ट्रध्वज लावला जात नाही. फक्त आरमाराचा ध्वज चोवीस तास फडकत असतो. लढाई चालू असताना जहाजांवर दोन जास्तीचे आरमारी ध्वज फडकत असतात. त्यांना 'युद्ध ध्वज' म्हणतात.

आरमाराचे चीफ ऑफ स्टाफ आपल्या मोटारीवर आरमाराचा ध्वज लावतात. व्हाईस ॲडमिरलचा ध्वज पांढरा असतो. त्यावर रेडक्रॉस आणि मध्यभागी निळ्या रंगाचे धर्मचक्र वरून लावलेले असते. ध्वजस्तंभाला लागून असलेल्या वरच्या कोपऱ्यात लाल रंगाचे वर्तुळ असते.

वायुदलाचा ध्वज निळ्या रंगाचा असतो. त्याचा आकार ६' x ३' असा आहे. डावीकडे वरच्या कोपऱ्यात राष्ट्रध्वज असतो. उजव्या भागात केशरी, पांढरे आणि हिरवे अशी एकात एक तीन वर्तुळे असतात. *(आकृती १०)*

हा ध्वज वायुदलाचे चीफ ऑफ स्टाफ, वायुदलाच्या मुख्य कार्यालयातील स्वत:च्या कार्यालयावर, निवासस्थानावर आणि मोटारीवर लावतात. फॉर्मेशन हेडक्वार्टर्स आणि वायुदल केंद्रांवरही हा ध्वज दररोज लावला जातो. फॉर्मेशन किंवा युनिट कमांडरचा हुद्द्याचा ध्वज असतो. हा ध्वज मुख्य स्तंभावर आणि त्याला जोडून असलेल्या लहान स्तंभावर वायुदलाचा ध्वज लावला जातो.

ध्वजारोहणाची आणि ध्वजावतरणाची वेळ निरनिराळ्या ठिकाणी वेगवेगळी असते. ऋतुमानानुसार ती बदलते. वायुदलाचा ध्वज दररोज समारंभपूर्वक चढवला आणि उतरवला जातो. ध्वज चढवताना 'सावधान'चा हुकूम दिला जातो. ध्वज चढवला जातो आणि त्याला सलामी दिली जाते. मग प्रेझेंट आर्म्स दिला जातो. ध्वज उतरवताना 'सावधान'चा हुकूम दिला जातो. ध्वज उतरवला जातो, मग प्रेझेंट आर्म्स दिला जातो आणि रीट्रीटचे सूर वाजवले जातात. ध्वजारोहण आणि ध्वजावतरणाच्या वेळी ते सर्व अधिकारी सलामी देतात. *(आकृती ११)*

दुखवट्याच्या वेळी जर ध्वज अर्ध्यावर उतरवण्याचा हुकूम असेल तर सकाळी तो आधी वर चढवला जातो आणि लगेच अर्ध्यावर उतरवला जातो. सूर्यास्ताच्या वेळी तो पुन्हा वर चढवून उतरवला जातो. अशा वेळी फॉर्मेशन किंवा युनिट कमांडरचा ध्वज मात्र नेहमीच्याच स्थितीत राहतो.

राज्यपाल आणि राष्ट्रपती यांचे स्वतंत्र ध्वज असतात. राज्यपालांच्या ध्वजाचा रंग केशरी असतो आणि त्यावर मध्यभागी अशोकस्तंभावरचे सिंह असतात.

त्याखाली त्या त्या राज्याचे नाव लिहिलेले असते. *(आकृती १२)*

राष्ट्रपतींचा ध्वज निळ्या आणि लाल रंगाचा असतो. हा ध्वज सारख्या आकाराच्या चार रंगीत चौकोनात विभागलेला असतो. वरचा डावा आणि खालचा उजवा चौकोन निळ्या रंगाचा असतो. डाव्या चौकोनावर अशोकचक्रावरचे सिंह तर खालच्या उजव्या चौकोनावर फुलापानांसह पूर्ण कलश असतो. वरचा उजवीकडचा आणि खालचा डावीकडचा चौकोन लाल रंगाचा असतो. वरच्या चौकोनात शक्तीचे प्रतीक असलेला हत्ती तर खालच्या चौकोनात न्यायाचे प्रतीक असलेला तराजू असतो. *(आकृती १३)*

राष्ट्रपतींचा 'कलर'

१९५१मध्ये भारतीय आरमाराला राष्ट्रपतींचा 'कलर' (म्हणजेच ध्वज) देऊन त्याचा गौरव करण्यात आला. भारतीय सेनादलांमध्ये आरमाराला हा मान प्रथम मिळाला. हा ध्वज पांढऱ्या रंगाचा आणि ३' x ३' आकाराचा असतो. त्यावर मध्यभागी अशोकस्तंभावरचे सिंह हे सरकारी बोधचिन्ह असते. ते भरतकाम करून काढलेले असते. ध्वजावर लाल रंगाचा क्रॉस असतो. ध्वजाच्या खालच्या उजव्या चौकोनात सोनेरी रंगाने भरतकाम केलेली हत्तीची आकृती असते. डावीकडच्या वरच्या कोपऱ्यात राष्ट्रध्वज वरून लावलेला असतो. ध्वजाच्या दांड्याच्या वरच्या टोकावर देशाचे बोधचिन्ह लावलेले असते. *(आकृती १४)*

प्रजासत्ताक दिनी किंवा राष्ट्रप्रमुखांचा सत्कार असेल तर त्या प्रसंगी राष्ट्रपतींचा हा 'कलर' भारताच्या समुद्रकिनाऱ्यावर संचलनपूर्वक काढला जातो. तो बाहेर काढल्यानंतर त्याला सर्वोच्च मान दिला जातो. अधिकारी सलामी देतात आणि बँडवर राष्ट्रगीत वाजवले जाते.

भारतीय निळा ध्वज

या निळ्या ध्वजावर वरच्या डाव्या कोपऱ्यात ध्वजस्तंभाला लागून राष्ट्रध्वज वरून लावलेला असतो. निरनिराळ्या सरकारी खात्यांच्या जहाजांवर तो लावला जातो. प्रत्येक खात्याचे वेगळे बोधचिन्ह असते. ते मध्यभागी लावलेले असते. *(आकृती १५)*

भारतीय लाल ध्वज

या लाल रंगाच्या ध्वजावर वरच्या डाव्या कोपऱ्यात राष्ट्रध्वज वरून लावलेला असतो. अधिकृत नोंदलेली व्यापारी जहाजे हा ध्वज लावतात. *(आकृती १६)*

१ एप्रिल १९५४ रोजी भारतीय वायुदलाला २१ वर्षे पूर्ण झाली. या दिवशी

वायुदलालाही राष्ट्रपतींचा ध्वज देण्यात आला. हा ध्वज फिकट निळ्या रंगाचा आहे. वरच्या डाव्या कोपऱ्यात राष्ट्रध्वज वरून लावलेला असतो. उजव्या कोपऱ्यात राष्ट्रपतींच्या ध्वजावरचा हत्ती असतो. त्याच्या खाली वायुदलाची वर्तुळे असतात. गडद निळ्या आणि सोनेरी रंगाच्या दोऱ्याने तो सुशोभित केलेला असतो. त्याच्या दांड्याला वरच्या टोकावर वायुदलाचे दोन गरूड आणि अशोकस्तंभावरचे सिंह असतात. *(आकृती १७)*

हा ध्वज फक्त भारतीय भूमीवर आणि काही विशेष प्रसंगीच संचलनपूर्वक नेला जातो. राष्ट्रपतींना वायुदलाकडून मानवंदना देताना, दुसऱ्या एखाद्या देशाच्या प्रमुखाला मानवंदना देताना, प्रजासत्ताक दिनाच्या कवायतीच्या वेळी आणि वायुदलाच्या किंवा एखाद्या संस्थापना दिनी किंवा इतर एखाद्या खास प्रसंगीच हा ध्वज नेतात. त्यावेळी त्याला आदरपूर्वक सलामी देतात.

ध्वज अर्ध्यावर उतरवणे

शासकीय आदेशाखेरीज राष्ट्रध्वज अर्ध्यावर उतरवता येत नाहीत. एखाद्या फार मोठ्या व्यक्तीचा, देशाला भूषण असणाऱ्या व्यक्तीचा मृत्यू झाला तर शासन असा आदेश देऊ शकते. राष्ट्रध्वज अर्ध्यावर उतरवायचा आदेश दिलेला दिवस प्रजासत्ताक दिन, स्वातंत्र्य दिन किंवा गांधी जयंती या राष्ट्रीय सणांपैकी असला तर ज्या इमारतीत दिवंगत व्यक्तीचा पार्थिव देह ठेवला असेल केवळ त्याच इमारतीतला ध्वज, देह तिथे असेल, तेवढाच वेळ अर्ध्यावर उतरवला जातो. पार्थिव तिथून नेल्यानंतर ध्वज परत पूर्ण वर चढवून फडकवला जातो. इतर ठिकाणी मात्र राष्ट्रध्वज नेहमीप्रमाणे पूर्ण वेळ फडकता ठेवला जातो.

ध्वज अर्ध्यावर ठेवायचा असतो तेव्हा आधी तो पूर्ण वर चढवून एक क्षणभर तिथेच ठेवला जातो. मग तो अर्ध्यावर आणतात. ध्वज उतरवतानाही पुन्हा तो पूर्ण वर चढवून मग खाली आणतात.

राष्ट्रध्वजाच्या वापराबाबतचे हे नियम भारतीय नागरिक म्हणून कटाक्षाने पाळण्याची प्रत्येकाची जबाबदारी तर आहेच; पण केवळ नियम पाळून ध्वजाबाबतचा आदर व्यक्त होत नाही. ते राष्ट्राचे मानचिन्ह आहे, हे लक्षात घेऊन, त्यावरचे रंग आणि चिन्ह यांचा अर्थही समजून घ्यायला हवा. आणि आपल्या प्रत्येक कृतीतून तो उमटायला हवा. देशाच्या अखंडतेचे प्रतीक असलेल्या ध्वजाचा खरा सन्मान यातच सामावलेला आहे.

◆

राष्ट्रचिन्ह आणि राष्ट्रीय बोधवाक्य

सत्यमेव जयते

राष्ट्रीय चिन्ह आणि राष्ट्रीय बोधवाक्य

राष्ट्रीय मानचिन्ह किंवा राजमुद्रा

राष्ट्रीय मानचिन्ह किंवा राजमुद्रा हे दस्तऐवजाच्या अधिकृततेचे प्रतीक आहे. सरकारी आदेश, आज्ञा, आर्थिक व्यवहार, आणि इतर अधिकृत कागदपत्रांवर राजमुद्रा असते. शिवाय राष्ट्रपती भवन, राजभवन, संसद, विधानभवन यांसारख्या शासकीय कार्यालयांच्या इमारतींवरही राजचिन्ह आवश्यक असते.

भारताने आपले मानचिन्ह म्हणून सारनाथ (वाराणसी, उत्तर प्रदेश) इथल्या अशोकस्तंभाच्या शीर्षाची निवड केली आहे. या स्तंभशीर्षावर चार दिशेला चार सिंह आहेत. यापैकी तीनच सिंह आपल्याला दिसतात. त्यांच्या खालच्या बाजूला चक्र आहे. चक्राच्या उजव्या बाजूला वृषभ (बैल) आणि डाव्या बाजूला अश्व (घोडा) आहे. राजमुद्रेत हे दोनच प्राणी दिसत असले तरी मूळ स्तंभशीर्ष दंडाकृती असल्याने सिंह आणि हत्ती हे प्राणीही त्यावर कोरलेले आहेत. स्तंभ हे मुळात वैश्विक आधाराचे प्रतीक आहे. पृथ्वीच्या भक्कम पायातून उंचावणारे स्तंभ वैदिक काळापासून उभारले जात. नंतरच्या कालखंडातले अखंड पाषाणातले स्तंभ आजही भारतभरात अनेक ठिकाणी आढळतात. स्वतः सम्राट अशोकाने सारनाथखेरीज सांची, मथुरा अशा इतरही ठिकाणी अनेक शिलास्तंभ उभारले होते.

अशोकस्तंभाची उभारणी मौर्य वंशातल्या सम्राट अशोकाने

इसवीसनाच्या तिसऱ्या शतकात केली. आजच्या वाराणसीजवळ असलेले सारनाथ हे अशोकाच्या राज्यात होते. या ठिकाणी बुद्धाने पाच भिक्षूंना प्रथम धर्मोपदेश केला आणि शांती आणि मुक्तीच्या प्रसारासाठी त्यांना दीक्षा दिली. या प्रसंगाची आठवण म्हणून अशोकाने हा स्तंभ या ठिकाणी उभारला. ज्या अशोकाने या स्तंभाची निर्मिती केली तो अशोक सम्राट होताच. पण कलिंगाच्या युद्धानंतर त्याचे हृदयपरिवर्तन होऊन शांती आणि धर्माच्या प्रसारासाठी त्याने अथक प्रयत्न केले. अशोकाने बौद्धदीक्षा घेतल्यानंतरच बुद्धाचा धर्म भारताच्या सीमेपार गेला आणि विश्वाला गवसणी घालण्यासाठी तो सज्ज झाला.

माणसाच्या हृदयात नैतिकतेची बीजे रुजवणे, हाच बौद्ध धर्माचा गाभा आहे, असे अशोकाने मानले आणि याच एका महत्कार्यासाठी त्याने उर्वरित आयुष्य वाहून घेतले. संतपण आणि राजेपण या एरवी परस्परांपासून विभक्त असणाऱ्या प्रवृत्तींचा अजोड संगम भारताच्या इतिहासात प्रथम आढळतो, तो अशोकाच्या चरित्रात. अशोकस्तंभ हे या संगमाचेच प्रतीक आहे.

भूमीतून वर येऊन, वैश्विक प्रगटीकरणाच्या चौपदरी आविष्कारांना आधार देत, मूलस्रोत असणाऱ्या धर्मचक्रापर्यंत पोहोचणारा अशोकस्तंभ हे प्राचीन भारताच्या शांती आणि सदिच्छेप्रती असणाऱ्या निष्ठेचे प्रतीक आहे आणि या स्तंभशीर्षाची राष्ट्रीय चिन्ह म्हणून निवड करताना, भारताने आपल्या परंपरेतल्या विश्वकल्याणाच्या भावनेलाच अधोरेखित केले आहे. एकमेकांच्या पाठीला पाठ लावून उभे असलेले चार सिंह हे चारही दिशांना विस्तारलेल्या सम्राटाच्या राजसत्तेचे प्रतीक आहेत; तर त्यांच्या माथ्यावरचे (मुळात असलेले) चक्र हे या सत्तेचा स्रोत असणाऱ्या धर्माचे-नीतिमत्तेचे प्रतीक आहे. चक्रवर्ती सम्राटाच्या महत्त्वाकांक्षेवर धर्मनियमांचे असे नियंत्रण असले तरच विश्वात आणि मानवी जीवनात सुख-शांती नांदू शकते, हे स्पष्ट करणारा आणि चक्रवर्ती सम्राटाच्या आणि योग्याच्या आदर्शांची सांगड घालणारा अशोकस्तंभ स्वतंत्र भारताला आपले राष्ट्रीय चिन्ह म्हणून स्वीकारावासा वाटला तर त्यात नवल नाही!

अशोकस्तंभावरील चार प्राण्यांचा अन्वयार्थ नंतरच्या कालखंडात निरनिराळ्या अभ्यासकांनी आणि विचारवंतांनी निरनिराळ्या प्रकारे लावला आहे. बुद्धाची माता राणी मायावती हिला स्वप्नात पांढरा हत्ती आपल्या गर्भात प्रवेश करताना दिसला होता. म्हणून हत्ती हे मायावतीच्या गर्भातल्या बुद्धाचे प्रतीक आहे, असे

काही अभ्यासक मानतात. बुद्धाच्या आयुष्यातल्या राजपुत्र म्हणून असलेल्या कालखंडातल्या इच्छा-आकांक्षांचे प्रतीक म्हणजे बैल असे ते म्हणतात. घोडा हे त्यांच्या दृष्टीने, ऐषोआरामाचे आयुष्य सोडून तपासाठी बाहेर पडलेल्या गौतमाचे प्रतीक आहे; तर सिंह हे भगवान बुद्धाला मिळालेल्या मोक्षाचे प्रतीक आहे.

काहींच्या मते, चार सिंह हे अशोकाच्या चहू दिशांना विस्तारलेल्या राज्याचे प्रतीक आहेत, चक्र हे त्याच्या धर्मदृष्टीचे प्रतीक आहे; तर सिंह ज्या चकतीवर उभे आहेत, त्या चकतीवर कोरलेले चार प्राणी म्हणजे भारताच्या शेजारी राष्ट्रांचे प्रतीक आहेत. पाठीला पाठ लावून उभे असलेले सिंह हे सामर्थ्य, धैर्य आणि आत्मविश्वासाचे प्रतीकही मानले जाते.

२६ जानेवारी १९५० रोजी भारत हे प्रजासत्ताक राष्ट्र म्हणून घोषित झाले आणि त्याच दिवशी भारताचे राष्ट्रचिन्हही अस्तित्वात आले. सरकारी कागदपत्रे, सरकारी इमारती, चलन, पासपोर्ट अशा महत्त्वाच्या जागी राष्ट्रचिन्हाची स्थापना झाली आहे. २००५ मध्ये झालेल्या स्टेट एम्ब्लेम ऑफ इंडिया (प्रोहिबिशन ऑफ इंप्रॉपर यूज) या कायद्यान्वये राष्ट्रचिन्हाचा अयोग्य वापर होऊ नये याची खबरदारी घेण्यात आली आहे.

राष्ट्रचिन्हाच्या खाली देवनागरी लिपीमध्ये 'सत्यमेव जयते' हे बोधवाक्य कोरण्यात आले आहे. हे भारताचे राष्ट्रीय बोधवाक्य आहे.

'सत्यमेव जयते' - राष्ट्रीय बोधवाक्य

'सत्यमेव जयते' हे वचन मुळात मुंडकोपनिषदात अंतर्भूत आहे. 'विजय नेहमी सत्याचाच होतो', अशी ग्वाही देत सत्याच्या मार्गावर चालत राहण्यासाठीचे बळ या वचनाने दिले आहे. सत्य, न्याय आणि नीतीचाच कायम विजय होत असल्याची खात्री देणाऱ्या अनेक कथा, घटना आणि प्रसंग भारताच्या प्राचीन आणि अर्वाचीन इतिहासात आहेत. तुलसी रामायणात रामाच्या सत्यावरच्या दृढ निष्ठेचा प्रत्यय देणारा एक प्रसंग आहे. रावणाशी युद्ध सुरू झाले तेव्हा त्याची विशाल, सुसज्ज सेना पाहून बीभिषणाच्या मनात शंका दाटून आली. एवढ्या बलाढ्य फौजेपुढे रामाच्या वानरसेनेचा टिकाव लागेल का, अशी भीती त्याला वाटली. राम-लक्ष्मणाकडे मोठी शस्त्रास्त्रे तर नव्हतीच; पण ते अनवाणीही होते. बीभिषणाने आपली अस्वस्थता रामाजवळ बोलून दाखवली तेव्हा रामाने त्याच्या मनातली शंका दूर सारण्यासाठी एका 'रथाचे' वर्णन केले. याच रथाच्या साहाय्याने रावणाच्या आसुरी सैन्याला पराभूत करण्यासाठी तो सज्ज झाला होता.

रामाने म्हटले होते -

सौरज, धीरज तेहि रथ चाका।
सत्यशील दृढ ध्वजा पताका।।
बल विवेक दम परहित घोरे।
छमा कृपा समता रजु जोरे।

(शौर्य आणि धैर्य ही रथाची चाके आहेत. सत्य आणि शील ही रथाची खंबीर अशी ध्वजपताका आहे. बल, विवेक आणि परहित हे रथाचे घोडे आहेत. क्षमा, कृपा आणि समता हे रथाचे दोर आहेत.)

हीच सत्यनिष्ठा भारताच्या आधुनिक इतिहासातही अनेक जणांनी प्रकट केली आहे. पहिल्या भारत-पाकिस्तान युद्धाच्या वेळी त्यावेळचे पंतप्रधान लालबहादूर शास्त्री यांनीही मोठ्या हिमतीने आणि संयमाने त्यावेळच्या अवघड परिस्थितीला तोंड दिले. अचानक समोर उभ्या राहिलेल्या संकटामुळे त्यांचा विवेक ढळला नाही आणि त्यांनी सत्याची बाजूही सोडली नाही. कुठल्याही खोटेपणाला ते बळी गेले नाहीत आणि देशाला आणि जगाला त्यांनी धोकाही दिला नाही. युद्धात शेवटी भारतालाच विजय मिळाला आणि सगळ्या जगाला वस्तुस्थिती समजली.

गांधीजींनी तर आपल्या आत्मकथेचे नावच *माझे सत्याचे प्रयोग* असे ठेवले होते. त्यांचे संपूर्ण जीवन हाच मुळी सत्याचा शोध होता. राजकारण आणि स्वातंत्र्यप्राप्ती ही त्यांची साधना होती. साधन शुद्ध असेल तरच पवित्र ध्येय साध्य करता येते, असा त्यांचा गाढ विश्वास होता. अशुद्ध व्यवहाराने ध्येयापर्यंत पोहोचता येत नाही, असे ते म्हणत. जसे बीज, तसाच वृक्ष असतो हे वास्तव तर आपल्या सगळ्यांच्याच परिचयाचे आहे. १९२१ च्या चौरीचौरा हत्याकांडानंतर गांधीजींनी आपली स्वातंत्र्य चळवळ अचानक थांबवली होती. त्यावेळी इतर नेत्यांना या घटनेचे आश्चर्य वाटले आणि अनेकांना गांधीजींचा रागही आला. पण हिंसा आणि असत्यावर देशाच्या स्वातंत्र्याची उभारणी होऊ नये, अशी गांधीजींची भूमिका होती. तिचा प्रत्यय इतरांना नंतर आला. गांधीजींच्या सत्यप्रियतेची खोली त्यांना समजली. सत्य आणि अहिंसेच्या मार्गाने स्वातंत्र्य मिळवता येते, हे गांधीजींनी सगळ्या जगाला दाखवून दिले आणि इतर राष्ट्रांपुढे भारताचा आदर्श ठेवला.

१९४४-४५ च्या सुमाराला गांधीजी अनेक महिने आपल्या डायरीमध्ये रोज एक विचार लिहायचे. नंतर हे विचार *बापू के आशीर्वाद* नावाच्या पुस्तकात संकलितही झाले. हे विचार म्हणजे गांधीजींच्या आयुष्याचे आणि त्यांच्या तत्त्वज्ञानाचे सार आहे, असे म्हटले तरी चालेल. या पुस्तकात त्यांनी म्हटले आहे, 'सच्चा कार्य कभी अप्रिय नहीं होता।' गांधीजींची ही सत्यनिष्ठा फक्त बोलण्या-सांगण्यापुरती नव्हती, तर त्यांनी आपल्या अविरत कृतीतून दिलेला तिचा प्रत्यय भारताच्या राजकीय इतिहासाला जागतिक परिमाण देणारा ठरला आहे.

सत्य कशाला म्हणायचे आणि असत्य कशाला म्हणायचे, याचा अंदाज कसा बांधायचा? या प्रश्नाचे उत्तर गांधीजींनीच फार मार्मिक शब्दांत दिले आहे. १९२२ मध्ये गांधीजी येरवडा तुरुंगात बंदी होते. तिथून त्यांनी जमनालाल बजाज या आपल्या मानसपुत्राला लिहिलेल्या पत्रात सत्य आणि अहिंसेच्या पायाभूत सिद्धान्ताचे फार सुंदर विवेचन केले होते. सत्याची व्याख्या करताना त्यांनी म्हटले होते, ''आपल्या हृदयाला जे जेव्हा योग्य वाटतं, तेच खरं सत्य!''

याचाच अर्थ, आपले मन स्वच्छ, निरभ्र असेल तर आपल्या अंतर्मनाचा आवाज ऐकून आपण वेगवेगळ्या परिस्थितीत जे काम करू, ते सत्याचेच प्रगटीकरण असते. पण आपण स्वत:ला फसवायचा प्रयत्न केला आणि आतली हाक न ऐकता वागत राहिलो तर सत्याबरोबर आपण आपल्या अंतरात्म्याचीही हत्या करून बसू, असे गांधीजींना हे पत्र लिहिताना अभिप्रेत होते.

अर्थात ज्याला आपण सत्य म्हणतो, ते सत्य म्हणजे काय, असा प्रश्न अनेकदा मनात येतो. फक्त खोटे न बोलणे, म्हणजेच सत्य का? या प्रश्नाचे उत्तर देणे ही सोपी बाब नाही. सत्याची व्याख्या पुष्कळ वेळा आपल्या सोयीने केली जाते. आपले लक्ष मुख्यत: ध्येयावर केंद्रित असते. ध्येयप्राप्तीच्या साधनांची शुद्धता आणि पवित्रता यांचे महत्त्व फार क्वचित लक्षात घेतले जाते.

सत्याचे रूप स्पष्ट करण्यासाठी असत्याची रस्किन बाँड यांनी केलेली व्याख्या फार मार्मिक आहे. त्यांनी म्हटले आहे,

> *"The essence of lying is in deception, not in words. A lie may be told by silence, by equivocation, by the accent on a syllable, by a glance of the eye attaching a peculiar significance to a sentence, and*

all these kinds of lies are worse and baser by many degrees than a lie plainly worded."
(खोटे बोलण्याचे मर्म शब्दांत नाही, तर धोका देण्यात आहे. मौन बाळगून, संदिग्धता राखून, एखाद्याच शब्दावर जोर देऊन आणि डोळ्यांच्या खुणेने एखाद्या वाक्याला विशेष अर्थ देऊनही खोटे बोलले जाऊ शकते. सरळ शब्दांतल्या खोटेपणापेक्षा या सगळ्या प्रकारचा खोटेपणा अधिक वाईट आणि हीन आहे.)

महाभारतात महर्षि व्यासांनी सत्यावर प्रकाश टाकताना म्हटले आहे -

नाऽसौ धर्मो यत्र न सत्यमस्ति, न तत्सत्यं यच्छलेनानुविद्धम्।

याचा अर्थ, ज्यात सत्य नाही, तो धर्म नाही आणि ज्यात कपट आहे, ते सत्य नाही.

थोडक्यात, सत्याचा आत्मा नेहमी निष्कपट व्यवहारांतच प्रतिबिंबित होऊ शकतो, असे भारतीय परंपरा अनादि काळापासून सांगत आली आहे. जिथे कपट आहे, बोलण्यात दुहेरी अर्थ आहे, कूटनीती आहे, तिथे सत्याचे दर्शन कधीच होणार नाही, आणि जिथे सत्य नाही, तिथे पराजय निश्चित आहे, असा विश्वासही भारतीय भूमीत जन्मलेल्या अनेकांनी आपल्या जीवनचरित्रांतून दिला आहे.

भारताच्या प्राचीन परंपरेत राजा हरिश्चंद्राची कथा प्रसिद्ध आहे. हरिश्चंद्र हा सत्याचा निष्ठावान पूजक मानला जातो. पण प्रारंभी त्यालाही मोहाने असत्याच्या वाटेवर नेले होते. मोठे वैभव आणि सत्ता असली तरी हरिश्चंद्राच्या गादीला वारस नव्हता. दीर्घ तपश्चर्येनंतर वरुणाने त्याला पुत्रदान देण्याचे वचन दिले. पण 'तुला मुलगा झाला की मी तो परत घेणार', असेही वरुणाने बजावले. काही महिन्यांनी हरिश्चंद्राला मुलगा झाला. त्याचे नाव रोहित ठेवले. हरिश्चंद्राच्या विनवणीचा मान राखून वरुणाने त्या मुलाला दहा दिवस जिवंत ठेवले. पण हरिश्चंद्राचा मोह वाढतच गेला. 'मुलाला दात येईपर्यंत माझ्याजवळ राहू दे', अशी त्याने वरुणाची प्रार्थना केली. त्याची ही मागणीही वरुणाने मान्य केली. पण शेवटी हरिश्चंद्राचा मोह इतक्या पराकोटीला गेला की स्वतःच्या मुलाला जिवंत ठेवण्यासाठी त्याने एका निरपराध मुलाचा बळी द्यायची तयारी केली. विश्वामित्रांनी हे पाहिले तेव्हा त्यांचा क्रोध अनावर झाला. त्यांनी अत्यंत कठोर शब्द वापरून राजाचा धिक्कार केला. तेव्हा कुठे हरिश्चंद्राचे डोळे उघडले आणि

मग सत्यवचनी म्हणून त्याचे नाव झाले. हरिश्चंद्राची पुढची कथा सगळ्यांना माहीत आहेच.

श्रीरामाला आपण मर्यादा-पुरुषोत्तम म्हणतो, ते रामाने मोहावर मिळवलेल्या विजयामुळेच. पित्याने आदेश देताक्षणी राज्याचा त्याग करून चौदा वर्षांचा वनवास रामाने हसतमुखाने स्वीकारला. दिलेले वचन मोडणे हे मृत्यूपेक्षाही भयंकर मानले जाण्याचा तो काळ होता; आणि रामाने तर वडिलांनी दिलेल्या वचनाच्या पूर्ततेसाठी सगळे मोह सोडून वनाचा रस्ता धरला.

रघुकुल रीति सदा चलि आई। प्राण जाहिं पर वचन न जाई।।

या आदर्शाचे पालन करायचे तर आपली आपल्याला खरी ओळख व्हायला हवी आणि मोह आणि लोभाच्या विळख्यापासून स्वत:ला दूर ठेवायला हवे, हेच रामकथा शतकानुशतके सांगत आली आहे. भारताच्या आधुनिक इतिहासातही अनेक जणांनी सत्यासाठी सर्वस्व अर्पण करण्याची तयारी दाखवून श्रीरामाचा वारसा पुढे नेला आहे. लोकमान्य टिळक, गोपाळ गणेश गोखले, लालबहादूर शास्त्री यांच्या आयुष्यातले सत्यप्रियतेचे प्रसंग आपण शालेय वयापासून वाचत आलो आहोत. इतर अनेक महान व्यक्तींमधला सचोटीचा गुणही प्राचीन भारतीय परंपरेला साजेसा असाच आहे.

सत्य नेहमी कटू असते, असे म्हटले जाते. पण हे पूर्णत: खरे नाही. मनुस्मृतीत एक श्लोक आहे -

सत्यं ब्रूयात् प्रियं ब्रूयात्, न ब्रूयात् सत्यं अप्रियम्।

खरे बोला; पण गोड बोला, सत्य सांगतानाही ऐकणाऱ्याला आवडणार नाही, असे बोलू नका, असे मनुस्मृती सांगते, ते सत्याच्या कटुतेवर माधुर्याचे आवरण चढवून ते सांगितले जावे, हे स्पष्ट करण्यासाठीच.

सत्य या गुणाची महती वेदांनी आणि भगवत्गीतेनेही गायली आहे. सत्याबरोबरच मांगल्य आणि सौंदर्याचीही उपासना भारतीय संस्कृतीने केली आहे. 'अनुद्वेगकरं वाक्यं सत्यं प्रियहितंच यत्' या गीतेतल्या वचनात सत्य, शिव आणि सुंदर हे तीनही गुण प्रतीत झाले आहेत. (अनुद्वेगकर म्हणजेच सुंदर). यामुळेच 'सत्यं शिव् सुंदरम्' हे वेदात शोभावे असे वचन भारतीय दूरदर्शनसह अनेक संस्थांचे ब्रीदवाक्य आहे.

अर्थात 'सत्यं शिवं सुंदरं' हे वचन मुळात भारतीय नाही. व्हिक्तोर कूझँ या

फ्रेंच लेखकाच्या उक्तीचा *Truth, Beauty and Goodness* हा इंग्लिश अनुवाद वाचून रवींद्रनाथ टागोरांचे ज्येष्ठ बंधू ज्योतिरिन्द्रनाथ यांनी त्याला 'सत्यम् शिवम् सुंदरम्' हे मूळ भारतीयच वाटावे असे रूप दिले. विशेषत: *Goodness* (चांगुलपणा) या शब्दासाठी त्यांनी योजलेल्या 'शिवं' या पर्यायामुळे हे वचन भारतीय होऊन गेले. अगदी प्रारंभी 'सत्यं शिवं सुंदरम्' हे शांतिनिकेतनचेही ब्रीदवाक्य होते. बडोद्याच्या महाराजा सयाजीराव गायकवाड विद्यापीठानेही याच ब्रीदवाक्याचा स्वीकार केला आहे.

'सत्यम् शिवम् सुंदरम्'चा उगम शोधून काढताना लोकसाहित्याच्या अभ्यासक आणि विदुषी दुर्गाबाई भागवत कूझँपर्यंत पोहोचून थांबल्या नाहीत. *Truth, Beauty and Goodness* ही त्रिसूत्री सॉक्रेटिसच्या संवादातून जन्मली आणि प्लेटोमुळे तिचा प्रचार आणि प्रसार ग्रीक वाङ्मयात झाला, असे दुर्गाबाईंच्या लक्षात आले. ॲरिस्टॉटलमुळे युरोपीय तत्त्वज्ञानात या त्रिसूत्रीला प्रतिष्ठा मिळाली. युरोपीय तत्त्वज्ञान, धर्म आणि सौंदर्यशास्त्र यांचा हे वाक्य म्हणजे प्राणच बनून गेले.

सॉक्रेटिसच्या तत्त्वज्ञानानुसार सत्य, मांगल्य (चांगुलपणा) आणि सौंदर्य हे तीन गुणविशेष मानवी मनाला उपजत समजतात. त्यांची व्याख्या करावी लागत नाही. शिवाय हे तीनही गुण वेगळे भासले तरी एकरूपच आहेत, असे सॉक्रेटिस सांगतो आणि ते योग्यही आहे.

सत्याचा संबंध मानवी विचारशक्तीशी आहे. शिवाचा म्हणजेच चांगुलपणाचा किंवा मांगल्याचा संबंध माणसाच्या कर्तृत्वशक्तीशी आहे. सौंदर्य मात्र तर्कातीत असते. त्याचा संबंध मनुष्याच्या भावनेशी येतो. म्हणूनच विचार, कर्तृत्व आणि भावना या तीन मानवी क्षमतांमध्ये माणसाचे पूर्ण वर्णन सामावले आहे. या मूलभूत मानवी क्षमतांपैकी सत्यावर भारतीय संस्कृतीने दिलेला भर वैशिष्ट्यपूर्ण म्हणावा असाच आहे. प्राणांपलीकडे सत्याला जपण्याचा परंपरेचा वारसा लक्षात घेऊनच 'सत्यमेव जयते' या बोधवाक्याची निवड राष्ट्रीय बोधवाक्य म्हणून भारतीय शासनकर्त्यांनी केली असणार, हे उघड आहे.

◆

राष्ट्रभाषा : हिंदी

राष्ट्रभाषा - हिंदी

भाषा आणि भारतातील विविधता

अन्न, वस्त्र, निवारा या माणसाच्या मूलभूत गरजा आहेत. तसेच, भाषाही प्रमुख मूलभूत गरजांपैकी आहे. बोलणे, संवाद साधणे हा मानवी जीवनाचा महत्त्वाचा भाग आहे. 'दे जन्म मात्र माता, भाषा व्यवहार चालवी सकळ', इतके भाषेचे श्रेष्ठत्व आहे. बोलल्याखेरीज, संवाद केल्याखेरीज माणसाच्या गरजा भागणेच मुळी अवघड आहे.

मुळात भाषा म्हणजे काय, असा प्रश्न मनात येऊ शकतो. 'मनातल्या भावना प्रकट करणाऱ्या शब्दांचा आणि वाक्यांचा समूह' म्हणजे भाषा, असे म्हटले जाते. या शब्द किंवा वाक्यसमूहांच्या साहाय्याने जीवनाचे रोजचे सगळेच व्यवहार चालतात. 'समाजामध्ये प्रचलित असणारी बोलण्याची पद्धती' म्हणजे भाषा, अशीही भाषेची आणखी एक व्याख्या आहे.

भारतासारख्या खंडप्राय देशात नैसर्गिक, भौगोलिक विविधता जशी आहे, तशी भाषिक विविधताही आहे. देशभरात वेगवेगळ्या लिप्यांमध्ये लिहिल्या जाणाऱ्या मुख्य अशा तेरा भाषा आहेत. या भाषांच्या उपभाषा आणि बोलीभाषांची संख्याही पुष्कळच आहे. 'भारतात दर पाच मैलांवर भाषा बदलते', असे म्हणतात, हे खोटे नाहीच. वरकरणी एकच भाषा असली तरी प्रत्येक प्रदेशात ती बोलण्याची लकब तर वेगळी असतेच; पण असंख्य स्थानिक शब्दांची भर पडल्यामुळे एक स्वतंत्र उपभाषा किंवा बोलीभाषा तयार होते. या स्थानिक भाषा फक्त

व्यवहारोपयोगी नाहीत, हे विशेष. भारतातल्या सगळ्या लहानमोठ्या भाषांमध्ये आणि आदिवासींच्या बोलींमध्ये पुष्कळ ज्ञान सामावलेले आहे. आधुनिक विज्ञान-तंत्रज्ञानाचा स्पर्श या भाषांना झालेला नसला तरी शतकानुशतके, पिढ्यान्‌पिढ्या संक्रमित झालेले आणि शाश्वताचा स्पर्श असलेले ज्ञान या स्थानिक भाषांनीच सांभाळले आहे. या भाषा नष्ट होणे म्हणजे त्यांनी सांभाळलेले ज्ञान कायमस्वरूपी लयाला जाणे! बडोद्याच्या भाषाविकास संस्थेतर्फे डॉ. गणेश देवी यांनी केलेला भारतीय बोलींचा अभ्यास या दृष्टीने महत्त्वाचा आहे.

राष्ट्रभाषेची आवश्यकता

भारतातले हे भाषावैविध्य देशाच्या सांस्कृतिक समृद्धीत भर टाकणारे असले तरी देश स्वतंत्र झाला तेव्हा देशाचे प्रतिनिधित्व करू शकणाऱ्या एका राष्ट्रभाषेची आवश्यकता निर्माण झाली. भारताची राष्ट्रभाषा म्हणजे या संपूर्ण राष्ट्राची, देशाची भाषा. भारतीयांच्या मनातल्या भावना व्यक्त करणाऱ्या शब्दांचा आणि वाक्यांचा समूह म्हणजे भारताची राष्ट्रभाषा.

जगातले इतर देश आणि भारत यांची स्थिती राष्ट्रभाषेच्या बाबतीत पुष्कळच वेगळी आहे. इंग्रज किंवा जर्मन लोकांची इंग्लिश किंवा जर्मन ही जी जन्मभाषा आहे, तीच त्यांची राष्ट्रभाषा आहे. मातृभाषा किंवा राष्ट्रभाषा असा फरक त्यांना करावा लागत नाही. भारतात प्रांतोप्रांती वेगवेगळ्या भाषा बोलल्या जात असल्यामुळे जन्मभाषा आणि राष्ट्रभाषा यात अंतर आहे. कॅनडासारख्या देशात इंग्रजी आणि फ्रेंच अशा दोन्ही भाषांत व्यवहार चालतो. या दोन्ही भाषांना तिथे समान अधिकार आहेत. स्वित्झर्लंडमध्येही इटालियन, जर्मन आणि फ्रेंच या तीनही भाषा राजभाषा म्हणून चालतात. पण अशा ठिकाणी दोन-तीन भाषांचाच प्रश्न असल्यामुळे द्विभाषक असणे अवघड नाही. स्वित्झर्लंड हा देश भारताच्या तुलनेत आकारानेही फारच लहान आहे. भारतासारख्या विशाल देशात तेरा मुख्य भाषा बोलल्या जात असताना प्रत्येक भाषा ही राजभाषा मानणे शक्य नाही आणि श्रेयस्करही नाही.

भारतात सहा प्रकारच्या भाषांचे अस्तित्व आहे -

१) संस्कृती भाषा : संस्कृत (प्राचीन संस्कृती, धर्म, समाजरचना यांचा बोध करून देणारी भाषा)

२) प्राचीन भाषा : वैदिक प्राकृत, पाली प्राकृत इत्यादी

३) मातृभाषा : मराठी, बंगाली, गुजराथी, तमिळ, कानडी, मल्याळम इत्यादी

४) राष्ट्रभाषा : भारतीय लोकसंख्येपैकी अधिकांश लोक जी भाषा बोलू शकतात, समजू शकतात, ती हिंदी भाषा.

५) राजभाषा : इंग्रजी

६) विदेशी भाषा : जर्मन, फ्रेंच इत्यादी

भारतातील भाषांची स्थिती अशी वैशिष्ट्यपूर्ण असल्यामुळे इथे मातृभाषा, राष्ट्रभाषा आणि राजभाषा भिन्न असणे स्वाभाविक आहे. हे लक्षात घेऊनच भारतीय राज्यकर्त्यांनी 'हिंदी'ला राष्ट्रभाषेचा दर्जा दिला; आणि देवनागरी किंवा नागरी लिपी ही राष्ट्रलिपी म्हणून घोषित झाली. अर्थात स्वातंत्र्यप्राप्तीपूर्वीपासूनच भारताच्या लोकनेत्यांनी राष्ट्रभाषेसंबंधी विचार करून हिंदी भाषेचा आग्रह धरला होता. याचे कारण ज्या देशाला स्वत:ची भाषा नाही, त्या देशातला समाज एकजीव होणे दुरापास्त आहे, याची जाणीव सगळ्याच समाजसुधारकांना त्यावेळी झाली होती.

समभाषित्व ही राष्ट्रीयत्वाची सर्वांत मोठी खूण आहे. आणि ते एकराष्ट्रीयत्वाचे अत्यंत शक्तिशाली असे बंधनही आहे. एकोणिसाव्या शतकाच्या उत्तरार्धात आर्य समाजाचे संस्थापक स्वामी दयानंद यांनी हे तत्त्व प्रथम ओळखले. आर्य समाजाच्या प्रसारासाठी त्यांनी हिंदीचाच वापर केला. त्यांची स्वत:ची मातृभाषा गुजराथी असूनही त्यांनी आर्य समाजाचा *सत्यार्थ प्रकाश* हा ग्रंथ आर्यभाषेत म्हणजेच हिंदीत लिहिला. 'भारतवर्षाला एका सूत्रात गोवायचं असेल तर ते कार्य एकभाषेच्या द्वारे म्हणजे हिंदीच्या द्वारेच करता येईल', असे स्वामी दयानंदांनी म्हटले आहे. त्यांना राष्ट्रभाषा हिंदीचे आधुनिक काळातले आद्य प्रसारक म्हटले जाते, ते याचमुळे.

विसाव्या शतकाच्या प्रारंभी हिंदीचा राष्ट्रभाषा म्हणून प्रचार-प्रसार करणारे जे अनेक लोकनेते होते, त्यात स्वातंत्र्यवीर सावरकरांचे नाव अग्रभागी होते. १९०१-०२ पासूनच 'हिंदी हीच आपली राष्ट्रभाषा', असा प्रचार ते सगळीकडे आग्रहाने करत होते. *मराठी भाषेचं शुद्धीकरण* या १९२६ मध्ये प्रसिद्ध झालेल्या पुस्तकात त्यांनी म्हटले आहे, ''मराठीचा आम्हाला अभिमान आहे, यात शंका नाही... परंतु उभ्या हिंदुस्थानात एकच राष्ट्रभाषा व्हावी, असे आम्ही वीस-पंचवीस वर्षांपासून आग्रहानं प्रतिपादीत आलो आहोत.'' सावरकरांच्या मते, कोणत्याही देशाची राष्ट्रभाषा म्हणजे त्याचे सगळे उच्च साहित्य ज्या भाषेत व्यक्त केले जाते, ती भाषा. भारताची राष्ट्रीय भाषा म्हणजे भारताचे अत्युच्च

विचार, तत्त्वज्ञान, काव्य, रसायन, वैद्यक, पदार्थविज्ञान, यंत्र, शिल्प, भूगर्भ अशा अनेकविध विज्ञानांची आणि राजकीय, सामाजिक, धार्मिक जीवनाची अभिव्यक्ती जिच्यामध्ये होऊ शकते, अशी संपन्न, प्रौढ आणि प्रगत भाषा असली पाहिजे, असा त्यांचा आग्रह होता. या दृष्टीनेच त्यांच्यासह अनेक राष्ट्रधुरिणांनी स्वातंत्र्यपूर्व काळापासून हिंदी भाषेला प्राधान्य दिले होते.

स्वातंत्र्य मिळाल्यानंतर हिंदीच राष्ट्रभाषा म्हणून मान्यता पावली आणि नागरी किंवा देवनागरी ही राष्ट्रलिपी म्हणून घोषित झाली. स्वातंत्र्यप्राप्तीच्या वेळी भारताची लोकसंख्या ४० कोटी होती. त्यावेळच्या सर्वेक्षणानुसार त्यापैकी जवळजवळ ३० कोटी लोकांना हिंदी बऱ्यापैकी समजत होती, २० कोटी लोकांना ती कमीअधिक प्रमाणात बोलता येत होती आणि १६ कोटी लोकांना ती उत्तम बोलता येत होती. याच निकषांवर हिंदीला राष्ट्रभाषेचा मान मिळाला.

दरम्यान काही काळ उर्दूमिश्रित हिंदी म्हणजेच संकरित हिंदी ही राष्ट्रभाषा असावी, असाही विचार काही नेत्यांनी केला होता. यामुळे हिंदू-मुस्लीम ऐक्याला चालना मिळेल, अशी त्यांची कल्पना होती. पण तसे झाले नाही. फाळणी झालीच. त्यामुळे संकरित हिंदी किंवा 'हिंदुस्तानी' भाषा राष्ट्रभाषा म्हणून टिकाव धरू शकली नाही.

अर्थात राष्ट्रभाषेचा प्रश्न हा धर्मविषयक प्रश्न नाही. वेगवेगळ्या प्रांतातल्या सगळ्या धर्मांच्या-पंथांच्या नागरिकांनी एकमेकांशी एका भाषेत बोलावे आणि एकाच लिपीत ही भाषा लिहिली जावी, यासाठी राष्ट्रीय भाषा घोषित केली जाते. स्वतंत्र भारताचे चिरंतन ऐक्य टिकवण्यासाठी आणि राष्ट्राची एकजीव अशी अस्मिता वाढवण्यासाठी राष्ट्रभाषा आवश्यक असते. 'मानवी जीवनात श्वासाचं जे महत्त्व आहे, तेच महत्त्व राष्ट्राच्या जीवनात भाषेचं आहे', असे मानणाऱ्या लोकनेत्यांनी अनेक मुद्द्यांचा विचार करून हिंदीची राष्ट्रभाषा म्हणून निवड केली.

एके काळी औंधच्या स्वाध्याय मंडळाचे संचालक असलेले आणि *वैदिक धर्म* या हिंदी आणि *पुरुषार्थ* या मराठी मासिकाचे संपादकपद सांभाळणारे पंडित श्री. दा. सातवळेकर यांनी *आमच्या राष्ट्रभाषेचा प्रश्न* या पुस्तकात राष्ट्रभाषेचे दहा गुण सांगितले आहेत. हिंदीला राष्ट्रभाषेचा दर्जा कोणत्या बलस्थानांमुळे मिळाला, हे कळण्यासाठी पं. सातवळेकर यांनी नमूद केलेले गुण इथे उद्धृत करते आहे -

१. देशातल्या सगळ्या किंवा बहुसंख्याक लोकांची बोलण्याची भाषा ती असावी. निदान भाषा समजणारे पुष्कळ जण असावेत.
२. या भाषेत उच्च दर्जाचे साहित्य आणि शास्त्रीय ग्रंथ असावेत किंवा ते निर्माण करण्याचे शब्दसामर्थ्य त्या भाषेत असावे. 'बाजारू बोली' म्हणजे राष्ट्रभाषा नव्हे. राष्ट्रभाषेचे एक अंग म्हणून बाजारू बोली चालू राहील; पण ते तिचे एकूण रूप नव्हे.
३. इतर प्रांतातल्या भाषांमधली शब्दावली, व्याकरणाचे नियम, उच्चार, वाक्यरचना, लिपी, वर्णमाला इत्यादी गोष्टीत राष्ट्रभाषा आणि इतर भाषा यांच्यात पुष्कळ साम्य असावे. यामुळे राष्ट्रभाषा बोलता आली नाही, तरी परप्रांतीयांना ती समजेल आणि शिकायची झाली तर लवकर शिकता येईल.
४. शास्त्रीय पारिभाषिक शब्द त्या भाषेत असावेत अथवा प्रांतीय भाषांना उपयुक्त होतील किंवा त्यांच्याशी साम्य राहील, असे शब्द निर्माण करण्याची शक्ती या भाषेत असावी.
५. तिच्यात भारतीयत्व असावे. भारतीय भावना, विचार, संस्कृती यांचे प्रतिबिंब तिच्यात असावे. ('सत्य आणि ज्ञानजिज्ञासा, परमत सहिष्णुता, अहिंसा, मैत्री, जीवदया, त्याग, विषयवैराग्य, निस्पृहता - हा गुणसमुच्चय म्हणजे भारतीयत्व होय', असे डॉ. सुनीतीकुमार चटर्जी या अभ्यासकाने *हिंदी* या मासिकाच्या नोव्हेंबर १९४१ च्या अंकात म्हटले आहे आणि हीच वृत्ती राष्ट्रभाषेत हवी, असे सांगितले आहे.)
६. ही भाषा भारतीय पाहिजे.
७. ती जीवित, म्हणजेच भारतात व्यवहारात वापरात असलेली भाषा पाहिजे.
८. तिच्या व्याकरणाचे नियम कमी असावेत.
९. राष्ट्रभाषेची लिपी सुगम आणि वैज्ञानिक असावी. तिच्यामध्ये इतर भारतीय भाषांमधील उच्चारलेखन करण्याची पात्रता असावी. कारण प्रांतीय भाषा या लिपीत लिहिता आल्या तर देशभर एक लिपी तरी सुरू करता येईल
१०. ही लिपी मुद्रणसुलभ असावी. अक्षरांची जुळणी (कंपोजिंग) सहज करता यावी. टंकलेखनयंत्रांचे साहाय्य या लिपीला घेता यावे. (त्यावेळी संगणक नव्हते.)

या दहा गुणांबाबत तुलना करता विविध भारतीय भाषांमध्ये हिंदीलाच सर्वाधिक गुण मिळतात, हे स्पष्ट आहे.

स्वयंसिद्ध राष्ट्रभाषा

संस्कृत ही भारतीय भाषांची जननी मानली जाते. तिचे मूलस्थान म्हणजे पंजाब आणि पूर्वीच्या संयुक्त प्रांताचा पश्चिम भाग किंवा मध्य प्रदेश. या मध्यदेशाची संस्कृती आणि भाषा यांना प्राचीन काळापासून या देशात महत्त्व आणि मान्यता मिळत आली आहे. या प्रांतातल्या संस्कृत भाषेपासूनच पुढे क्रमाक्रमाने अर्धमागधी, पाली, शौरसेनी, प्राकृत, महाराष्ट्री, अपभ्रंश आणि हिंदी या भाषांचा उदय झाला. हिंदी भाषेचे वैशिष्ट्य असे की ज्या मध्यदेशातल्या भाषांचे महत्त्व शतकानुशतके आपल्या देशात होते, त्याच मध्यदेशात हिंदीचा उदय आणि विकास झाला आहे. ऐतिहासिक परंपरा लक्षात घेता संस्कृत-अर्धमागधी-पाली या क्रमानुसार हिंदीला राष्ट्रभाषापद मिळाले, हे साहजिकच आहे. अर्धमागधी ते अपभ्रंश यामधल्या भाषा कालप्रवाहात वाहून गेल्या. पण त्या सर्वांची माता असलेली संस्कृत आजही अस्तित्वात आहे. तिच्या आधाराने उत्पन्न झालेले असंख्य शब्द बंगाली, मराठी, गुजराथी, हिंदी या भाषांमधून उपयोगात येत आहेत. म्हणून हिंदी ही संस्कृतोत्पन्न भाषा आहे, तिच्याच आधारे हिंदीची प्रगती होत राहिली आहे. हिंदी अशी संस्कृतनिष्ठ भाषा असल्यामुळेच ती भारतीय लोकांना लवकर समजते. कारण बहुतेक भारतीय भाषा संस्कृतपासूनच जन्माला आल्या आहेत.

हिंदीचा उगम

प्राकृत भाषा नेमक्या कधी मागे पडल्या आणि हिंदीचा प्रारंभबिंदू कोणता, हे नक्की सांगणे कठीण आहे, असे अभ्यासक सांगतात. याचे कारण हा बदल अगदी हळूहळू घडत गेला. पण हिंदी साहित्याचा प्रारंभ इ.स. ७०० पूर्वी नसावा, असे अभ्यासकाचे म्हणणे आहे. शिवसिंह सरोज यांनी 'पुष्प' कवीला हिंदीचा आदिकवी म्हटले आहे. पुष्कळ विद्वानांनी मात्र चंदकवीच्या 'पृथ्वीराज रासो'पासून हिंदी साहित्याचा आरंभ धरलेला आहे. हा ग्रंथ तेराव्या शतकात लिहिला गेला. त्यात हिंदीचे मूळ रूप पहायला मिळते. यानंतर अमीर खुस्रो (इ.स. १२५३ ते १३२५) यांनी हिंदी भाषेतली उत्तम कविता लिहिली. पंधराव्या शतकात कबीरांनी याच भाषेत पद्यरचना केली. काही पंजाबी कवी आणि त्यानंतर सूरदास, मलिक महंमद जायसी यांच्या काव्यरचनेने हिंदी भाषेला परिपक्व केले. त्या काळी गद्यलेखनाचा प्रघात नसल्यामुळे काव्यरचनेला अनुकूल अशा हिंदीच्या उपभाषांपैकी एक असलेल्या व्रजभाषेला साहित्यिकपद मिळाले.

साधारणपणे १७व्या शतकाच्या मध्यापासून हिंदीमध्ये गद्याचाही विकास झाला. गद्याला अनुकूल म्हणून व्रजभाषेपेक्षा 'खडी बोली' या उपभाषेचा उपयोग होऊ लागला. हळूहळू हिंदीत गद्य आणि पद्य अशा दोन्हींची निर्मिती सुरु झाली.

गुणसंपन्नता

पूर्वी म्हटल्याप्रमाणे भारताची राष्ट्रभाषा निवडताना हिंदी ही बहुसंख्याकांची भाषा होती. १९४७ च्या सुमाराला १५ कोटी लोकांची हिंदी ही मातृभाषा होती आणि दहा कोटी लोकांना ती समजत होती. आजही देशाच्या एकूण लोकसंख्येत हिंदी भाषिक अधिक आहेत.

साहित्यगुणांचा विचार करता हिंदी अतिशय समृद्ध अशी भाषा आहे. अनेक भक्तिकाव्ये, तुलसी रामायणासारखे ग्रंथ या भाषेत आहेत. वाङ्मयसमीक्षेच्या बाबतीतही हिंदी मागे नाही. शास्त्रीय ग्रंथांसाठी लागणारी पारिभाषिक शब्दसंपत्तीही हिंदीने संस्कृतच्या आधारे विकसित केली आहे. हिंदी ही राष्ट्रभाषा म्हणून घोषित झाल्यानंतरच्या गेल्या सहा-सात दशकांमध्ये अनेक नामवंत साहित्यिकांनी हिंदीची मान अधिक उंचावली आहे. 'हिंदी राष्ट्रभाषा सभा' ही संस्थाही देशभरात हिंदीचा प्रसार-प्रचार करण्यासाठी आणि हिंदी भाषा आणि साहित्याच्या अभ्यासासाठी सक्रिय आहे.

इतर प्रादेशिक भाषांच्या शब्दावलीशी हिंदीचे साम्य आहे. शास्त्रीय पारिभाषिक शब्दांना संस्कृत या आदिभाषेचाच आधार असल्यामुळे उर्दूखेरीज सगळ्या भारतीय भाषांमध्ये शास्त्रीय परिभाषा एकसारखीच आहे. हिंदी साहित्य संमेलनाने याच उद्देशाने *समाचारपत्र शब्दकोष, शास्त्रीय शब्दकोष* इत्यादी ग्रंथ प्रकाशित केले आहेत. याशिवाय रोजच्या वापरातले अनेक शब्द, उदाहरणार्थ, पुस्तक, ग्रंथ, साहित्य, कविता, गणित, भूगोल, इतिहास, लेखन हे हिंदीखेरीज गुजराथी, मराठी, बंगाली, द्रविड अशा सगळ्याच भाषांमध्ये वापरले जातात.

कर्ता-कर्म-क्रियापद ही वाक्यरचनाही हिंदी आणि इतर भारतीय भाषांमध्ये सारखी आहे. विचार करना, अभ्यास करना, प्रकाशित करना ही क्रियापदेही इतर भाषांशी पुष्कळ साम्य असणारी आहेत. काही वेळा हे साम्य इतके असते की हिंदी वाचताना फक्त विभक्तिप्रत्यय आणि काही अव्यये निराळी असणारी मराठीच आपण वाचतो आहोत, असे मराठी भाषिकांना वाटू शकते. प्रादेशिक भाषांशी असणाऱ्या या साम्यामुळेच हिंदी समजणे आणि शिकणे सोपे झाले आहे. उर्दूचा ढाचा हिंदीचाच असल्यामुळे शब्दांचे साम्य नसले तरी

व्याकरणसाम्य पुष्कळच आहे.

अर्थशास्त्र, राज्यशास्त्र, समाजशास्त्र, शिक्षणशास्त्र या विषयातले पारिभाषिक शब्दही सगळ्या भाषांनी संस्कृतमधूनच घेतलेले आहेत. त्यामुळे हिंदी आणि इतर प्रांतिक भाषांची शब्दसंपन्नता सारख्या प्रमाणात वाढली आहे.

हिंदी ही भारतीय भाषा तर आहेच; पण विशेष म्हणजे तिचे नावही प्रांतदर्शक नाही. महाराष्ट्राची मराठी, बंगालची बंगाली, गुजराथची गुजराथी, तमिळनाडूची तमिळ अशी सामान्यत: प्रांताशी जोडलेली भाषेची नावे आहेत. पण हिंदी हे नाव संयुक्त प्रांत, बुंदेलखंड यावरून आलेले नाही. देशाला भारतवर्ष, हिंदुस्थान अशी नावे आहेत, तसे हिंदी हेही नाव आहे. उत्तर हिंद आणि दक्षिण हिंद किंवा दख्खन असे दोन भाग समजले जातात. या हिंद देशाची भाषा ती हिंदी भाषा. थोडक्यात, हिंदी हे सार्वदेशीय नाव आहे. तिची मर्यादा एखाद्या प्रांतापुरती नाही; तर संपूर्ण देशात तिचा प्रसार आहे, हे तिच्या नावावरून सूचित होते.

संस्कृत भाषेप्रमाणे हिंदी ही फक्त विद्वान मंडळींमध्येच जिवंत आहे, असे नाही. ती एकूण भारतीय समाजात प्रचलित आहे. तिच्यामध्ये सातत्याने ग्रंथनिर्मिती होते आहे. कविता, वैचारिक, समीक्षा, नाट्य, कथा, कादंबरी असे विविध प्रकारचे लेखन या भाषेत चालू आहे. हिंदी वृत्तपत्रेही मोठ्या संख्येने निघत आहेत.

मराठी आणि बंगालीच्या मानाने हिंदीचे व्याकरण सोपे आहे. त्यामुळेच हिंदी बोलणे इतर भाषिकांना सुलभ जाते.

इतर प्रांतातल्या भाषांप्रमाणे भारतीय संस्कृती, ज्ञानजिज्ञासा, इत्यादी गुणांनी युक्त असलेले भारतीयत्व आजवर अनेक हिंदी ग्रंथांत स्पष्ट प्रतिबिंबित झालेले आहे. हे विचारसाम्य इतके आहे की परप्रांतीय माणसाला हिंदी वाचत असताना आपल्याच वृत्तीच्या एखाद्या बांधवाने केलेले लेखन आपण वाचतो आहोत, इतका आपलेपणा वाटतो. शब्दावली साम्याइतकेच हे वैचारिक साम्यही महत्त्वाचे आहे. आपल्या मातृभाषेतले अनेक शब्द, तीच राष्ट्रीय विचारसरणी, परंपरेबद्दलची तीच निष्ठा, गंगायमुनांबद्दलचे तेच गाढ प्रेम, काश्मीरपासून कन्याकुमारीपर्यंत विखुरलेल्या निरनिराळ्या लोकसमूहांच्या चालीरीतींबद्दलची तीच आत्मीयता, सण-उत्सवांची तीच आवड आणि रामायण-महाभारतादी ग्रंथांविषयीची तीच ओढ हिंदीतही आहेच आहे. भाषाभेद असला तरी इतर भेद नसल्यामुळे इतर प्रांतिक भाषांची 'भगिनी' म्हणूनच हिंदीकडे पाहिले जाते.

हिंदी भाषेची लिपी देवनागरी आहे. ही लिपी सुलभ आणि शास्त्रशुद्ध आहे. भारतातल्या सगळ्या प्रांतांमधल्या भाषांमधले उच्चारलेखन या लिपीत करता येते. मराठीची लिपी देवनागरीच आहे. गुजराथी आणि बंगाली लिप्या ही देवनागरीचीच परिवर्तित रूपे आहेत. त्या त्या प्रांतातले सगळ्या धर्मांचे लोक आपल्या भाषा याच लिपीत लिहितात. कानडी, तेलगू, मल्याळम इत्यादी द्रविड भाषांची लिपी भिन्न असली तरी वर्णमाला (अ, आ, इ, ई पासून ह, ळ, क्ष, ज्ञ पर्यंतचे सर्व वर्ण) तीच आहे. त्या अक्षरांची चिन्हे वेगळी असली तरी त्यातले स्वर आणि बाराखडीची पद्धती एकच आहे. या लिपीसाम्यामुळेही इतर प्रांतीयांना हिंदी भाषा शिकणे सोपे जाते.

इतर भारतीय लिप्यांच्या तुलनेत देवनागरी लिपीला मुद्रणसुलभता जास्त साध्य झाली आहे. आता संगणकीय अक्षरजुळणीमुळे तर पूर्वीच्या तुलनेत देवनागरीची अक्षरजुळणी आणखी सुलभ झाली आहे.

महाराष्ट्राची मान्यता

राष्ट्रभाषा म्हणून मान्यता मिळवण्याच्या शर्यतीत उर्दूखेरीज इतर कुठल्याच प्रादेशिक भाषेचा सहभाग फारसा नव्हता. महाराष्ट्राने तर सुरुवातीपासून हिंदीला पाठिंबाच दिला. अगदी प्राचीन इतिहास पाहिला तरी देवगिरीच्या यादवांच्या राज्यात, म्हणजे महाराष्ट्रातल्या त्यावेळच्या संपन्न अशा मराठी राज्यात अल्लाउद्दिन खिलजीची स्वारी होण्यापूर्वी साधुसंतांमध्ये हिंदी भाषेचा प्रसार झाला होता. नामदेवांसारख्या संतांनी उत्तर हिंदुस्थानात यात्रा केली त्यावेळी हिंदीतही पदरचना केली होती. एकनाथांनीही काही कवने हिंदीत केली आहेत. शिवकाळात कवी भूषणाला शिवरायांनी राजकवीचा मान दिला होता. कानडी किंवा गुजराथी कवीला जो मान मिळाला नाही, तो हिंदी कवीला मिळाला, ही लक्षात घेण्याजोगी बाब आहे. संभाजीराजांनीही दोन हिंदी काव्ये लिहिली होती.

शाहूकाळात उत्तरकडे मराठ्यांच्या स्वाऱ्या वाढायला लागल्या होत्या. त्यामुळे हिंदी भाषेशी त्यांचा परिचय वाढला. महादजी शिंद्यांनी लिहिलेली, गिरिधर प्रभूंची आळवणी करणारी पद्ये प्रसिद्ध आहेत. पेशव्यांच्या घराण्यातले एक साधुपुरुष भास्कर रघुनाथ यांनी तुलसी रामायणामुळे प्रेरित होऊन हिंदीत काव्यरचना केल्याचे उल्लेख सापडतात. पेशवाईच्या अखेरच्या काळात महाराष्ट्रातल्या स्त्रियांनाही हिंदी येत होते, असे तत्कालीन अधिकाऱ्यांनी लिहून ठेवल्याचा उल्लेख प्रा. श्री. म. माटे यांनी पुण्यात हिंदी दिनानिमित्त १ ऑगस्ट

१९४७ रोजीच्या भाषणात केला होता, अशी नोंद आहे.

मराठ्यांचे स्वतंत्र राज्य असतानाही, त्यांनी मराठी भाषा दुसऱ्यावर न लादता मध्यदेशातील हिंदीचे राष्ट्रभाषा म्हणून थोरपण ओळखले होते, हेच यावरून स्पष्ट होते. इंग्रज राजवटीच्या कालखंडात सुरुवातीचा काही काळ राष्ट्रभाषेचा प्रश्न बाजूला पडला असावा, असे वाटते. चिपळूणकर-आगरकर-टिळक या त्रयीने मराठी भाषेबद्दलचा अभिमान जागृत केला. पण तरीही केसरीच्या १८८८ सालच्या काही अंकांमधून राष्ट्रभाषेचा मान हिंदीलाच दिल्याची नोंद आहे. १८९३-९४ मध्ये केशवराव पेठे यांनी *राष्ट्रभाषा* नावाचे पुस्तक लिहिले होते. याचा अर्थ या विषयाकडे महाराष्ट्राचे लक्ष होतेच.

इसवीसन १९०० च्या सुमाराला महाराष्ट्रीय क्रांतिकारकांनी (आणि वंगभंग आंदोलनातल्या बंगाली नेत्यांनीही) आपल्या चळवळीत हिंदीलाच राष्ट्रभाषापद दिले होते. त्यावेळी काशीत नुकत्याच स्थापन झालेल्या नागरी प्रचारिणी सभा या संस्थेचे त्यावेळचे प्रमुख श्यामसुंदरदास यांनी १९०५ मध्ये लोकमान्य टिळकांची भेट घेतली होती. एक लिपी आणि एक भाषेसंबंधीच्या त्यांच्या विचारांना लोकमान्यांनी पाठिंबा दर्शवला होता. यानंतर काही महिन्यांतच लोकमान्यांनी माधवराव सप्रे यांना *हिंदी केसरी* काढायला उत्तेजन दिले होते. हे वृत्तपत्र सुरुवातीला नागपुरातून दर शुक्रवारी प्रसिद्ध होत असे. त्यात मंगळवारच्या केसरीतल्या अग्रलेखाचे भाषांतर असे. १९०६ मध्ये काशी इथे भरलेल्या एक लिपी-विस्तार परिषदेच्या बैठकीलाही लोकमान्य टिळक उपस्थित होते, अशी नोंद आढळते.

पुढे विसाव्या शतकाच्या स्वातंत्र्याच्या आंदोलनात 'हिंदी हीच आमची राष्ट्रभाषा, देवनागरी हीच राष्ट्रलिपी' अशी घोषणा स्वातंत्र्यवीर सावरकर यांनी केली आणि हिंदीच्या प्रसाराचे मोठे काम त्यांनी केले. भारतीय ऐक्यासाठी महाराष्ट्राने दिलेले हे योगदान महत्त्वाचे आहे.

'हिंदी'ची नावे आणि हिंदी भाषासमूह

मध्यदेशातल्या म्हणजे गंगेकाठच्या लोकांनी अपभ्रंशानंतरच्या आपल्या भाषेला सुरुवातीला 'भाषा' हाच शब्द योजला होता. त्यामुळे हिंदीचे अनेक विद्वान हिंदी भाषेला अजूनही 'भाषा' असेच म्हणतात. रामशंकर शुक्ल 'रसाल'कृत हिंदी शब्दकोशाचे नावही 'भाषाशब्द कोश' असेच आहे. मुस्लीमांच्या आगमनानंतर त्यांनी या भाषेला हिंदी किंवा हिंदवी हे नाव दिले. हिंद देशाची म्हणजे हिंदूंची

(हिंद देशात राहणाऱ्या लोकांची) भाषा असा अर्थ त्यांना अभिप्रेत होता. फार पूर्वी याच भाषेच्या पद्यरचनेला 'रेखता' असे म्हटले जायचे. यालाच उर्दू असेही नाव होते. आजची उर्दू मात्र यापासून अगदी वेगळी आहे. ती फारसीमय हिंदी आहे.

हिंदी भाषेला 'खडी बोली' असेही नाव आहे. कारण हिंदी हे खडी बोलीचेच साहित्यिक रूप आहे. स्वामी दयानंदांनी हिंदीला 'आर्य भाषा' म्हणून संबोधले होते. या भाषेची लिपी देवनागरी आहे, म्हणून तिला 'नागरी' असेही नाव आहे. ती भारताची भाषा असल्यामुळे हिंदीला 'भारती' असेही नाव काहींनी सुचवले आहे.

हिंदी भाषेच्या अनेक उपभाषा आणि बोली आहेत. मथुरेत व्रजभाषा, मेरठ-दिल्ली भागात खडी बोली, अयोध्या प्रांतात अवधी, राजपुतान्यात राजस्थानी, काशी परिसरात भोजपुरी, बुंदलेखंडात बुंदेलखंडी, अशा अनेक बोली आजही कमीअधिक प्रमाणात बोलल्या जातात. पूर्वी उर्दू ही हिंदीचीच एक बोली होती. व्याकरणदृष्ट्या आजही ती तशीच आहे. पण लिपी, शब्दावली इत्यादीतला फरक वाढल्यामुळे आता ती स्वतंत्र भाषा झाली आहे.

हिंदीच्या उपभाषांपैकी काहींमध्ये चांगले साहित्य निर्माण झाले आहे. सूरदासांनी व्रजभाषेत पुष्कळ पद्ये रचली. आजही या भाषेत काव्यरचना केली जाते. संत तुलसीदासांनी अवधी भाषेत *रामचरित्मानस* या ग्रंथाची निर्मिती केली. *कृष्णायन* नावाचे महाकाव्यही अवधी भाषेतच रचले गेले. मात्र या दोन्ही भाषांमध्ये गद्यलेखन झालेले नाही. गद्यलेखनाला या भाषा अनुकूल नाहीत, असे म्हटले जाते. इंग्रजी राजवटीच्या प्रारंभी सगळ्याच भारतीय भाषांमध्ये गद्यलेखनाला प्रारंभ झाला; तसा तो हिंदीत म्हणजे 'खडी बोली'तही झाला. हळूहळू या भाषेला साहित्याचा दर्जा मिळाला आणि गद्याबरोबर पद्यरचनेलाही सुरुवात झाली. भोजपुरी, बुंदेलखंडी, छत्तीसगढी या उपभाषा मात्र बहुतांशी बोलीच्याच स्वरूपात राहिल्या आहेत.

देवनागरी - राष्ट्रीय लिपी

लिपी म्हणजे अक्षर लिहिण्याची पद्धती किंवा ध्वनी लिहून दाखवण्याचे चिन्ह. अशा अनेक चिन्हांच्या मदतीने भाषा लिहिली जाते. ध्वनी आणि वर्णचिन्हे यांच्या परस्पर नात्यातून लिपी तयार होते. एका चिन्हाने जर एकाच ध्वनीचा बोध झाला, तरच त्या लिपीचा उद्देश साध्य होतो. शास्त्रशुद्ध लिपीमध्ये एका

चिन्हाचा एकच उच्चार आणि एका उच्चाराला एकच चिन्ह असते. अक्षरांचे बाह्यरूप एकसारखे असले; पण त्यांचा उच्चार वेगवेगळ्या प्रांतात वेगवेगळ्या प्रकारे झाला, तर चिन्ह एक असूनही ती लिपी भिन्न मानली पाहिजे. सामान्यतः ती ती भाषा बोलणाऱ्या लोकांच्या उच्चारांना लिखित स्वरूपात मांडण्यासाठी सोयीची अशी लिपी त्या भाषेला असते.

भारताची राष्ट्रभाषा हिंदी असल्यामुळे तिची देवनागरी ही लिपी राष्ट्रलिपी आहे. राष्ट्रभाषा एक असणे हे जसे राष्ट्रीयत्वाचे गमक आहे, तसेच एकच लिपी असणेही राष्ट्रीयत्वाला पोषक असते. ज्या राष्ट्रांमध्ये एकच भाषा व्यवहारात वापरली जाते, तिथे लिपीही एकच असते. इंग्लंड किंवा जर्मनीसारख्या राष्ट्रांमध्ये राष्ट्रभाषा किंवा राष्ट्रलिपीचा प्रश्न उद्‌भवतच नाही. त्यांची मातृभाषा, राजभाषा आणि राष्ट्रभाषा ही इंग्रजी किंवा जर्मन आहे. या भाषेची रोमन लिपी हीच त्यांची राष्ट्रलिपी आहे. भारतात अनेक भाषा आणि त्यांच्या वेगवेगळ्या लिप्या अस्तित्वात असल्यामुळे राष्ट्रभाषेप्रमाणे राष्ट्रलिपीचाही प्रश्न निर्माण होतो. भाषा भिन्न असल्या तरी त्या एकाच म्हणजे देवनागरी लिपीत लिहिल्या तर हिंदी ही राष्ट्रभाषा देशातल्या सगळ्या लोकांपर्यंत पोहोचू शकेल, असा एक मतप्रवाह स्वातंत्र्यप्राप्तीनंतर आणि त्यापूर्वीही जोरात होता.

हिंदीप्रमाणे इतर प्रांतिक भाषा शिकणेही एका लिपीमुळे सोपे होईल, असा विचारही यामागे होता. कारण वेगवेगळ्या प्रादेशिक भाषांमध्ये अनेक संस्कृतोद्‌भव शब्द आहेत. या शब्दसाधर्म्यासोबत लिपीचेही साधर्म्य असले तर परप्रांतीय भाषा न शिकताही इतर प्रांतातल्या लोकांना ती बव्हंशी समजू शकते, ही वस्तुस्थिती आहे. बंगाली किंवा गुजराथी सावकाश बोलले तर आपल्याला पुष्कळ कळते, हा नेहमीचा अनुभव आहे. जी भाषा बोलल्यावर कळते, ती जर आपल्याला माहीत असलेल्या लिपीत लिहिली तर त्या भाषेतले पुष्कळ ज्ञान मिळवणे सोपे जाईल, असा एकलिपीचा आग्रह धरणाऱ्यांचा विचार होता.

विसाव्या शतकाच्या अगदी प्रारंभी न्यायमूर्ती शारदाचरण मित्र यांनी अशा पद्धतीने देवनागरी लिपीत बंगाली, हिंदी, गुजराथी, मराठी अशा चार भाषांमधला एकच मजकूर छापण्याची योजना केली होती. त्यानंतर खांडवा (मध्य प्रदेश) मधल्या *'हिंदी स्वराज्य'* नावाच्या वृत्तपत्रानेही असाच देवनागरी लिपीत अनेक भाषांमधला मजकूर छापण्याची पद्धत सुरू केली होती. अलाहाबादमधून निघणाऱ्या *भूगोल* नावाच्या मासिकानेही असा प्रयत्न केला होता.

देशभरात एकच लिपी वापरणे सोयीचे असो किंवा नसो; पण राष्ट्रलिपी म्हणून मान्यता पावलेल्या देवनागरी लिपीचे काही गुण आहेत आणि त्यामुळेच या लिपीची उपयुक्तता जास्त आहे.

देवनागरी लिपीचा सर्वांत मोठा गुण म्हणजे तिच्यातला निश्चितपणा. एकाच वर्णाचा ध्वनी एकच असल्यामुळे, जे लिहिले जाते, ते तसेच वाचता येते आणि अक्षराच्या उच्चाराबद्दल वाचणाऱ्याच्या मनात शंका राहत नाही.

शब्द लिहिल्यानंतर त्यातले कुठलेही अक्षर देवनागरीत अनुच्चारित राहत नाही. रोमन लिपीत अनेक शब्दांमध्ये एक अक्षर 'सायलेंट' असते. त्याचा उच्चार केला जात नाही. (उदाहरणार्थ, *Write* या शब्दात W सायलेंट आहे.)

भाषेतील आवश्यक ध्वनींना लिपिचिन्हे असली पाहिजेत. म्हणजेच वर्णमाला शास्त्रशुद्ध असावी. देवनागरी या अर्थी शास्त्रशुद्ध लिपी आहे.

देवनागरी लिपी वाचायला सरळ आणि सोपी आहे. रोमन किंवा फारसीसारख्या लिपींमध्ये लिहिलेल्या अनोळखी शब्दांच्या उच्चारांबाबत वाचक साशंक असतो. त्यामुळे या भाषांमधल्या शब्दांचे स्पेलिंग आणि उच्चार पाठ करावे लागतात. देवनागरीत ही अडचण नाही.

देवनागरी लिपीचे वळण बाळबोध असल्यामुळे वाचणारा या लिपीकडे सहज आकर्षित होतो. देवनागरी लिपी मुद्रणाच्या दृष्टीनेही सुलभ आहे.

याखेरीज देवनागरी लिपीची वैशिष्ट्ये म्हणजे, ती स्वदेशी आहे. ती भारतात जन्माला आली आहे आणि इथेच तिचा विकासही झाला आहे. ही जगातली प्राचीनतम लिपी आहे, असे अभ्यासक सांगतात. ही लिपी देशातल्या बहुसंख्य लोकांपर्यंत पोहोचलेली आहे. दक्षिणेतल्या चार राज्यांमध्ये किंवा बंगालात लिपी भिन्न असली तरी त्यांनाही देवनागरीची ओळख आहे. भारतातले अतिशय समृद्ध असे प्राचीन वाङ्मय याच लिपीत लिहिले गेले आहे. त्यामुळे देवनागरीला प्रदीर्घ असा वैभवसंपन्न वारसा आहे.

भारताखेरीज म्यानमार, श्रीलंका, तिबेट या देशांमधल्या लिप्यांची वर्णमालाही नागरी (म्हणजेच देवनागरी) आहे. देवनागरी ही लिपी शास्त्रीय- म्हणजे स्वरांचा क्रम, एका अक्षराचा एकच ध्वनी, बाराखड्यांच्या पद्धतीने युक्त- असल्यामुळे जगातल्या कोणत्याही लिपीपेक्षा गुणांनी श्रेष्ठ असल्याचे परदेशी अभ्यासकांचेही मत आहे. त्यामुळेच राष्ट्रीय वर्णमालेचा दर्जा देवनागरीला मिळाला.

◆

राष्ट्रीय पक्षी : मोर

राष्ट्रीय पक्षी - मोर

राष्ट्रीय पक्षी म्हणून मोराची निवड का आणि कधी केली गेली? 'मयूर' या शब्दाचा अर्थ काय? पहिल्या मोराचा उगम पृथ्वीवर कसा झाला? लोकसाहित्याचे अभ्यासक या संदर्भात काय म्हणतात? मोराचे औषधी गुणधर्म कोणकोणते आहेत? मोराविषयी भारतीय आदिम समूहांच्या संकल्पना काय आहेत? मयूर पूजनाची भारतातली परंपरा काय सांगते? अनादि काळापासूनच मोर हा भारताचा सांस्कृतिक दूत आहे का? या आणि अशा अनेक प्रश्नांची उत्तरे मात्र आपल्याला माहीत नसतात.

जैविक वैविध्याची अफाट समृद्धी असणाऱ्या भारतासारख्या देशात मोर हा संपूर्ण पक्षिसमूहाचे प्रतिनिधित्व करतो, तेव्हा तो राष्ट्राच्या अभिमानाचा विषय ठरतो. भारतातल्या विविध भौगोलिक प्रदेशात राहणाऱ्या, विविध भाषा बोलणाऱ्या, विविध संस्कृतीच्या लोकांना एकाच सूत्रात बांधण्याचे काम ही राष्ट्रीय प्रतीके करत असतात. या दृष्टीने मोराचे भारतीय परंपरेतले स्थान समजून घेणे महत्त्वाचे आहे. भूतकाळातली बलस्थाने अनेकदा भविष्य घडवायला मदत करू शकतात; निदान प्रेरक तरी नक्कीच ठरू शकतात.

राष्ट्रीय पक्ष्याचा मान

भारतात पक्ष्यांच्या जवळपास १२५० प्रजाती आहेत. रंग, आकार, शीळ आणि इतर अनेकविध वैशिष्ट्ये असणारे पक्षी ही भारताला मिळालेली नैसर्गिक देणगी आहे. रानवा कमी होत गेल्यामुळे अनेक

पक्षी दुर्मीळ किंवा नामशेष झाले असले तरीही राखीव वनप्रदेशांत अजूनही पक्ष्यांची विविधता लक्षणीय आहे. सौंदर्यातही वैविध्य असणाऱ्या या सगळ्या पक्ष्यांमध्ये 'राष्ट्रीय पक्षी' होण्याचा मान मोराला मिळाला आहे. याचे एक कारण त्याचे अतुलनीय आणि चित्ताकर्षक सौंदर्य हेच आहे. पावसाळ्यात पिसारा फुलवून इंद्रधनुष्याप्रमाणे सप्तरंगी छटा दाखवणारा मोर पाहताना कुणीही सहज मंत्रमुग्ध होऊन जावे. लांब शेपटीवाल्या मोराची डौलदार चाल पाहिली की वाटते, जणू त्याला आपल्या अप्रतिम सौंदर्याची पूर्ण जाणीव आहे. अर्थात तरीसुद्धा मोराला राष्ट्रीय पक्ष्याचा बहुमान सहज मिळालेला नाही.

१९६० मध्ये टोकियोत पक्षिनिरीक्षक आणि पक्षितज्ज्ञांची आंतरराष्ट्रीय परिषद भरली होती. वन्यजीव संरक्षणाच्या दृष्टीने काही योजनांची चर्चा या परिषदेत झाली. याचाच एक भाग म्हणून प्रत्येक राष्ट्राने आपापला एक राष्ट्रीय पक्षी घोषित करावा, असा ठराव मंजूर झाला. या ठरावानुसार ३१ जानेवारी १९६३ रोजी भारत सरकारने मोर हा आपला राष्ट्रीय पक्षी असल्याचे घोषित केले. ही निवड करताना इंडियन बोर्ड फॉर वाईल्डलाईफचा आणि राज्य सरकारांचे दृष्टिकोन विचारात घेतले गेले होते. शेवटी हे विविध दृष्टिकोन आणि विविध वृत्तपत्रांमध्ये मांडली गेलेली मते यांचा विचार करून मोराचे नाव निश्चित झाले. पण अनेक निसर्गप्रेमींचा या निवडीला पाठिंबा नव्हता. एक तर त्यावेळी ब्रह्मदेशानेही मोर हाच आपला राष्ट्रीय पक्षी निवडला होता. दुसरा आक्षेप म्हणजे मोर हा संकटात सापडलेला पक्षी नव्हता. एखाद्या दुर्मीळ पक्ष्याला राष्ट्रीय पक्षी म्हणून मान्यता मिळाली तर त्याच्या संरक्षण-संवर्धनाला हातभार लागेल अशी निसर्गप्रेमींची भूमिका होती आणि त्या दृष्टीने त्यांनी माळढोक (Great Indian Bustard), सारस, गरूड आणि हंस या पक्ष्यांची नावे सुचवली होती. मोराच्या निवडीच्या विरोधातला तिसरा मुद्दा म्हणजे भारताच्या काही भागात हा पक्षी सापडत नसल्यामुळे राष्ट्रीय पक्षी म्हणून प्रतिनिधित्व करण्यासाठी मोर योग्य नाही.

असाच वाद ब्रिटनमध्ये रॉबिन पक्ष्याची निवड करताना निर्माण झाला होता. आणि तिथेही विरोधकांनी हेच मुद्दे पुढे केले होते. अर्थात ब्रिटनमध्ये त्यावेळी तरी कुठलाच पक्षी दुर्मीळ नसल्यामुळे संवर्धनाचा मुद्दा तिथे महत्त्वाचा नव्हताच. हवाई बेटांवर मात्र नेने गूज (Nene Goose) हा पक्षी राष्ट्रीय पक्षी म्हणून घोषित केल्यावर त्याला अभय मिळाले आणि पुढच्या चार-पाच वर्षांतच त्याची संख्या लक्षणीय झाली.

मयूर या संस्कृत शब्दाचा अर्थ आहे 'सर्पाचा नि:पात करणारा'. मोर हा सापाचा शत्रू असल्यामुळे असत्य आणि दुष्टपणावर सत्य आणि न्यायाने मिळवलेल्या विजयाचे प्रतीक म्हणूनही मोराकडे पाहिले जाते.

मोराला राष्ट्रीय पक्ष्याचा मान देण्याचा निर्णय काहीसा भावनिक होता, असे म्हटले जाते. पण एका अर्थी हा गौरव मिळावा, अशा योग्यतेचा मोरासारखा दुसरा पक्षी नाही, ही वस्तुस्थितीही नाकारता येणार नाही. रुबाब, सौंदर्य, चातुर्य, सावधपणा, मैत्री, सामूहिक चेतना, इतर पक्ष्यांहून वेगळा उठून दिसणारा आकार अशा कितीतरी गुणवैशिष्ट्यांचे मोर हा प्रतीक आहे. शिवाय भारतीय जनतेच्या कल्पनाविश्वात वर्षानुवर्षे, शतकानुशतके मोराइतके इतर कुठल्याच पक्ष्याचे अधिराज्य नाही.

वैज्ञानिक जगातला मोर

मोराचे शास्त्रीय नाव आहे *Pavo Cristatus. Phasianidae* कुळातला आणि Gallinae वर्गातला हा पक्षी आहे. सोप्या शब्दात सांगायचे तर हा पक्षी कोंबडीच्या वर्गातला आहे.

दक्षिण भारत हे मोराचे मूळ स्थान. तमिळनाडूमध्ये तो सर्वत्र आढळतो. दक्षिण भारतात ५००० फूट उंचीपर्यंत मोर आढळतात. हिमालयाचा पायथा, छोटा नागपूर, बंगाल, आसाम, अरुणाचल प्रदेश, महाराष्ट्र, गुजराथ, मणिपूर, उत्तर प्रदेश अशा भारताच्या विविध भागात मोर आढळतात. श्रीलंका आणि म्यानमारमध्येही हा पक्षी मोठ्या संख्येने आहे. पण म्यानमार आणि मलेशियातले मोर हे Pavo Muticus या प्रजातीचे आहेत. त्यांच्या रंगात निळ्यापेक्षा हिरवी छटा जास्त असते आणि शेपटीमध्ये खाकी रंग जास्त असतो.

Afrapavo Congensis या प्रजातीचा मोर १९३६ मध्ये आफ्रिकेत प्रथम सापडला तेव्हा ती बातमी फार गाजली होती. कारण मोर हा युरेशियातच सापडणारा पक्षी आहे, अशी निसर्गअभ्यासकांची दीर्घकाळ समजूत होती. आफ्रिकेतले हे मोर 'काँगो पीकॉक' या नावाने ओळखले जातात. पांढरे मोर हे फक्त पशुपक्षी संग्रहालयातच आढळतात. ही प्रजात नैसर्गिक नाही. ती मुद्दाम तयार केलेली आहे.

मोराची सरासरी लांबी (शेपटी वगळता) ९० ते ११० सेंटिमीटर इतकी असते

आणि त्याचे वजन ४।। ते ६ किलोग्रॅम असते. मोराचे उडण्याचे पंख अंदाजे ४५ सेंटिमीटर लांब असतात. लांडोर ७८ ते ९० सेंटिमीटर लांबीची असते आणि वजनाने ३।। ते ४।। किलोग्रॅम भरते. तिच्या पंखाची लांबी ४० सेंटिमीटर असते. मोराच्या शेपटीला संस्कृतमध्ये 'पिच्छ' किंवा 'शिखंडक' म्हणतात. त्यात जवळजवळ पावणेदोनशे पिसे असतात. पिसे लहानमोठी असतात. मोर संपूर्ण पिसारा फुलवतो तेव्हा त्याची त्रिज्या १५० ते १७५ सेंटिमीटरपर्यंत असू शकते.

मोराची पिसे ऑगस्टच्या शेवटच्या आठवड्यात गळायला लागतात. सप्टेंबरच्या पहिल्या आठवड्यात ती झपाट्याने गळतात आणि या महिन्याच्या शेवटी मोर अक्षरशः भुंडा होऊन जातो. पुन्हा नवी पिसे यायला ऑक्टोबरचा शेवटचा महिना उजाडावा लागतो. फेब्रुवारी महिन्यात सगळी पिसे येतात आणि एप्रिलमध्ये त्यांची पूर्ण वाढ होते.

मोर मिश्रआहारी आहे. झाडांचे कोवळे तुरे, बिया आणि धान्य गवताची पाने, कळ्या, काही विशिष्ट झाडांची पाने तो खातो. धान्यापैकी मका आणि ज्वारी मोराला जास्त प्रिय आहे. याखेरीज वाळवीसारखे छोटे किडे, गवतातले किडे, बेडूक, पालींसारखे सरपटणारे प्राणी, छोटे साप हेही मोराचे आवडते खाद्य आहे.

शुष्क, वालुकामय प्रदेशामध्ये ग्रीष्म ऋतूत हिरवा चारा संपतो तेव्हा गवताचे बी आणि रोपट्यावर वाळलेले दाणे खाऊन मोर आपले पोट भरतो. सामान्यतः मोर आपल्या निवासस्थानापासून अर्धा ते दोन किलोमीटरच्या परिघात वावरत असतो. सकाळी लवकर आणि सूर्यास्तापूर्वी एक तास मोर खाद्याच्या शोधात खुल्या मैदानात किंवा छोट्या, खुरट्या झुडपांमध्ये जातो. खाणे झाल्यावर तो एखाद्या झऱ्यावर किंवा अन्य जलाशयावर पाणी पितो. सूर्यास्ताच्या सुमाराला तो एखाद्या उंच झाडाच्या अगदी वरच्या फांदीवर जाऊन बसतो. पहाट होताच तो जागा होतो आणि बसल्या जागेवरूनच बांग देतो. रात्रभर तो निःशब्द असतो. शत्रूची चाहूल लागली तरच तो मोठ्याने ओरडून आपल्या इतर साथीदारांना सावध करतो.

झोपण्यासाठी मोर मोकळ्या आणि मजबूत फांद्यांच्या झाडांची निवड करतो. झाडाच्या बाहेर झुकलेल्या आणि बारीक फांदीवर तो झोपतो. मांजर आपल्यापर्यंत पोहोचू नये आणि ते आले तर त्याच्या चालण्याने फांदी हलून आपल्याला

वेळेवर सावध होता यावे, हा यामागचा उद्देश असतो. या दृष्टीने शिरीष, वड, पिंपळ आणि कडुलिंबाची झाडे मोरासाठी उपयुक्त असात. वालुकामय प्रदेशात ही झाडे नसल्यामुळे खेजडीच्या झाडांवर मोर रात्र काढतात.

मोराचा आवाज कर्कश्श म्हणावा असा असतो. भाव प्रदर्शित करताना आणि सूचना देताना तो वेगवेगळ्या प्रकारचे आवाज काढतो. 'मि...यांग' अशी बांग देऊन त्याची दिनचर्या सुरू होते. वर्षा ऋतू हा मोराचा प्रजनन काळ. 'मिऽऽ आ' अशी व्याकूळ साद घालून मोर लांडोरीला आळवतो. मोर-लांडोरीच्या समागमाचे दृश्य फार फार क्वचित पहायला मिळते. त्यामुळे नाचणाऱ्या मोराचे अश्रू पिऊन लांडोरीला गर्भ राहतो, असा प्रवाद रूढ झाला आहे. मात्र ही वस्तुस्थिती नाही.

माणसांचा वावर जिथे कमी असतो, अशा सुरक्षित जागी लहानसा खड्डा खणून लांडोर आपली अंडी घालते. त्यावर झाडाच्या कोवळ्या फांद्या, गवत, पाने, काटेकुटे ठेवते. अंडी कोंबडीच्या अंड्यांपेक्षा आकाराने दुप्पट असतात. एका मोसमात अंदाजे चार ते सहा अंडी घातली जातात. एक महिनाभर लांडोर अंडी उबवते. जन्मलेल्या पिल्लांना लांडोर आपल्या अंगाच्या उबेत दोन दिवस ठेवते. मग त्यांना घेऊन एखाद्या गवताळ जागेत किंवा झुडपांमध्ये लपून बसते. पिल्लांना उडता येईपर्यंत १५ दिवस ती तिथेच राहते. शत्रूला सुगावा लागू नये म्हणून ती फार सावध असते. लांडोरच पिल्लांना वाढवते; कारण मोर जोडीने राहत नाही. पिल्लं आठ-नऊ महिन्यांची होईपर्यंत आईजवळ राहतात. नंतर वेगळी होतात. लहान असताना पिल्लं लांडोरीसारखी दिसतात. सहाव्या महिन्यात मात्र नर पिल्लांच्या मानेवर निळा रंग आणि पंखांवर गोलाकार चिन्हे (ज्यांना डोळे म्हणतात) दिसायला लागतात. तीन वर्षांत मोठे पंख येतात आणि चौथ्या वर्षी मोराची पूर्ण वाढ होते. त्याचे आयुष्यमान अंदाजे सहा वर्षांचे आहे. कुत्रा मांजर आणि सर्प हे त्याचे नैसर्गिक शत्रू आहेत; पण त्याला खरा धोका माणसापासूनच आहे.

मोर हा अतिशय लाजरा, अत्यंत बुद्धिमान पक्षी आहे. त्याची नजर तीक्ष्ण आणि श्रवणशक्ती उत्तम असते. सहज त्याच्या जवळ जाणे अवघड असते. कारण माणसाची चाहूल लागली की हा पक्षी पळ काढतो. मांसाहारी प्राण्यांची शंका आली तर मात्र मानेची पिसं फुलवून मोर त्याच्याकडे बघत राहतो.

मोराला ऊन, सूर्याची उष्णता आवडते. पण थंड हवामानाशी जुळवून

जगभरातले बौद्धधर्मीय मोराचा आदर करतात; कारण बोधिसत्त्वाने पूर्वजन्मात एकदा सुवर्णमयूराच्या रूपात स्वत:ला प्रकट केले होते. याविषयीची एक जातककथा प्रसिद्ध आहे.

घेण्याची त्याची क्षमता आश्चर्य वाटण्याजोगी आहे. समुद्रसपाटीपासून ६००० फूट उंचीपर्यंत मोराचे अस्तित्व आढळते. अर्थात त्यांचा सर्वात आवडता ऋतू म्हणजे पावसाळ्याचा प्रारंभ.

फार दाट जंगलप्रदेश मोराला फारसे आवडत नाहीत. विरळ वनप्रदेश किंवा खुरट्या झुडपांची कुरणे हा त्याचा अधिवास असतो. शेतकऱ्यांच्या दृष्टीने मात्र हा पक्षी नुकसानकारक असतो; कारण अनेकदा तो उभ्या पिकातले दाणे फस्त करतो.

काही अपवाद वगळता भारतात मोराचे अस्तित्व बहुतेक राज्यांमध्ये आहे. मात्र अनेक कारणांमुळे होणारी मोराची हत्या या राष्ट्रीय पक्ष्याच्या भविष्याबाबत प्रश्न निर्माण करते आहे.

भारतातील मयूर उपासना

मयूराची उपासना भारतात प्रथम सुरू केली ती द्रविडांनी. द्रविड समूहासाठी मोर हे भूमातेचे प्रतीक होते. द्रविडियन भाषा बोलणाऱ्या लोकांनी मयूर उपासना जगभर नेली. मोराचे आर्यीकरण ही नंतरची घटना आहे.

मयूर उपासनेची बीजे हरप्पा संस्कृतीत सापडतात. आर्य भारतात येण्यापूर्वीच्या या संस्कृतीने भारताचा सगळा वायव्य प्रदेश व्यापला होता. राजस्थानपासून सरस्वती नदीच्या खोऱ्यापर्यंत हरप्पा संस्कृती विस्तारली होती. आजही उत्तर आणि दक्षिण भारतातले बिगरआर्य समूह मोराला पवित्र पक्षी मानून त्याची पूजा करतात. काही द्रविडांचे मोर हे कुलचिन्ह आहे. मोराला विशिष्ट काळात धान्य अर्पण करण्याची प्रथा या समूहांमध्ये निष्ठेने पाळली जाते. मोराच्या अधिवासात पाऊल ठेवले तर रोगराई येते, अशी या समूहांमधल्या सदस्यांची श्रद्धा आहे.

भारतीय स्वातंत्र्यलढ्यात ज्यांनी अतिशय महत्त्वाची भूमिका बजावली, त्या जाट लोकांचाही मोर हा पवित्र पक्षी आहे आणि त्यांचे ते कुलचिन्हही आहे. त्यांच्या गावांमध्ये मोरांना संपूर्ण संरक्षण मिळते आणि जर कुणी मोरांची शिकार करण्योच धाडस केलेच, तर त्याच्यावर हल्ला केला जातो. अहिर, बैगा आणि

खोंड जमातींमध्येही मोराच्या उपासनेची परंपरा आहे.

भारतभरातले द्रविडवंशीय लोक 'पोंगल' या सणाच्या दिवशी मोराची पूजा करतात. पण तमिळनाडूइतकी ठळक मयूर उपासना इतरत्र आढळत नाही. या ठिकाणी मुरुगन या दैवताच्या रूपात मोराची उपासना केली जाते. मुरुगन म्हणजेच कार्तिकेय. मोर हे त्याचे वाहन आहे. मोर म्हणजे वेद आणि कार्तिकेय हा प्रणव (ॐकार), म्हणजेच वेदांचे सार असल्याची श्रद्धा तमिळनाडूमध्ये आढळते. वेद म्हणजे विश्वाचा हुंकार असल्यामुळे मोर हे संपूर्ण विश्वाचेच प्रतीक असल्याचा गाढ विश्वास मुरुगनच्या उपासकांना आहे. अर्थात कार्तिकेयाची उपासना भारतात इतरत्रही होते. कार्तिकस्वामी, सुब्रह्मण्यम, स्कंद, मुट्टू कुमारस्वामी अशा वेगवेगळ्या रूपातल्या कार्तिकेयाचे वाहन मात्र मोर हेच आहे.

मोर हे देवी सरस्वतीचेही वाहन आहे. विशेषत: जैन धर्मामध्ये मोरासोबत हंस, कमळ आणि सिंह ही सगळीच या विद्येच्या देवतेची वाहने आहेत. सर्व आग्नेय आशियाई देशांमध्ये मोरालाच सरस्वतीचे वाहन मानले गेले आहे आणि ही परंपरा भारतातूनच इतर देशांमध्ये पसरत गेली असणार, असे अभ्यासकांचे मत आहे. बौद्ध धर्मातही मोराला आदराचे स्थान आहे. अनेक जातककथांमध्ये मोराचा ठळक उल्लेख आहे. लक्ष्मी आणि गणेश या दैवतांनीही आपले वाहन म्हणून मोरावर हक्क सांगितला आहे.

महाराष्ट्रामध्ये स्कंदापेक्षा गणेश हे अधिक लोकप्रिय असे आराध्यदैवत आहे. मोरगाव या ठिकाणचे मोरेश्वर मंदिर हा मयूर उपासनेचाच पुरावा आहे. इथला मोरेश्वर म्हणजेच मयूरेश्वर आहे. कद्रू या सर्पमातेच्या मुलांनी जेरबंद केलेल्या गरूडाला मोरावर आरूढ झालेल्या गणेशानेच सोडवल्याची कथा मोरगावच्या मयूरेश्वर मंदिराशी जोडलेली आहे.

दक्षिण भारतातल्या मंदिरांमधील शिल्पांमध्ये ज्याप्रमाणे पायाच्या नख्यांमध्ये सर्प धरलेल्या मोरावर आरूढ झालेला सुब्रह्मण्यम दाखवतात, त्याचप्रमाणे उत्तर

जगभरातल्या कोट्यवधी लोकांच्या हृदयात मोराला विशेष स्थान आहे. याचे श्रेय इसापाला द्यायला हवे. आपल्या छोट्या छोट्या कथांमधून इसाप गेली जवळजवळ २५०० वर्षे मोराचा संदेश लहान मुलांपर्यंत पोहोचवत आला आहे.

भारतातील सरस्वती याच रूपात दिसते. हा मोर म्हणजे विद्वत्तेचे प्रतीक समजला जातो आणि त्याच्या नख्यांमध्ये गुंडाळला गेलेला सर्प हा अहंकाराचे प्रतीक मानला जातो. सर्पाला नियंत्रणात ठेवणारा मोर माणसाला त्याचा अहंकार काबूत ठेवायला सांगतो. मोर आणि सर्प हे परस्परांचे शत्रू असल्याचा उल्लेख अनेक म्हणींमध्येही आहे. मात्र मोर सर्पाला काबूत ठेवत असला तरी मारत नाही. निसर्गतज्ज्ञांच्या मतेही मोर सापावर हल्ला करण्यापूर्वी नाचवून, उडवून त्याला दमवतो.

श्रीकृष्ण आणि मोर यांची भारतीय परंपरेने घातलेली सांगड तर विसरता येण्याजोगी नाहीच. डोक्यावर मोरपिसांचा मुकुट परिधान केलेला कृष्ण हे आजही भारतीयांचे लाडके दैवत आहे. भारतातल्या मयूर उपासनेचे कितीतरी पुरावे वेदांत, पुराणांत आणि शास्त्रांमध्ये विखुरलेले आहेत. पण त्यातही सुब्रह्मण्यम या देवतेच्या रूपात मोराचे झालेले दैवतीकरण ही द्रविडांनी भारताला दिलेली देणगी विशेष महत्त्वाची मानली जाते.

अर्वाचीन इतिहासात मोराचे स्थान

मोराचे इतर पक्ष्यांहून वेगळे वैशिष्ट्य म्हणजे हा पक्षी कायमच राजघराण्यांशी जोडलेला राहिला आहे. भारत आणि श्रीलंकेतली अनेक साम्राज्ये या सुंदर पक्ष्याच्या नावाने ओळखली जात होती. मयूर सिंहासन हे जगातल्या सर्वात खर्चिक सिंहासनांपैकी एक होते. भारताला भेट देणाऱ्या अनेक विदेशी प्रवाशांनीही भारतातल्या मोराचा उल्लेख आपल्या लेखनात विशेषत्वाने केला आहे.

भारतीय मयूराला पाश्चिमात्य जगात लोकप्रियता मिळवून देण्याचे श्रेय जगज्जेत्या अलेक्झांडरला द्यावे लागेल. पोरसाचा पराभव केल्यानंतर अलेक्झांडरने त्याच्यासाठी एका मेजवानीचे आयोजन केल्याचे म्हटले जाते. पण नंतर या महत्त्वाकांक्षी सम्राटाला भारतीय साम्राज्यावर आपली मोहोर उमटवण्याचे स्वप्न सोडून द्यावे लागले. इतिहासाने वेगळे वळण घेतले आणि त्याला भारतीय भूमीवरून काढता पाय घेण्याची वेळ आली. परत जाताना भारतातल्या या धाडसी मोहिमेच्या आठवणी सांगणाऱ्या काही वस्तू अलेक्झांडरला सोबत न्यायच्या होत्या. त्याच्या मनात अनेक गोष्टींचा विचार आला. मग त्याला पोरसाला दिलेल्या मेजवानीची आठवण झाली. त्याक्षणी त्याने दोनशे मोर जिवंत पकडून युरोपला पाठवण्याची व्यवस्था करण्याचा हुकूम सोडला.

अलेक्झांडरने नेलेले हे दोनशे मोर त्याच्या राजधानीत खरेच पोहोचले अथवा नाही, याची नोंद इतिहासात नाही. त्या अवघड प्रवासातून काही मोर तरी नक्कीच वाचले असणार. ग्रीसमधून हे मोर रोमला नेले गेले. रोमन लोकांनी मोरपिसांचा उपयोग दागिन्यांसाठी केला. मोराचे मांसही ग्रीक आणि रोमन लोकांना फार प्रिय होते.

रामायण, महाभारतासारखी महाकाव्ये, पुराणे आणि इतर धार्मिक ग्रंथांमध्ये मोराचा सातत्याने उल्लेख केला गेला असला तरी भारतातल्या कोणत्याही राजाला आपल्या ध्वजावर मोराला स्थान देण्याचा अधिकार नव्हता. याला एकमेव अपवाद म्हणजे महाभारतातला बाणासूर.

आता ओरिसा राज्यात असलेला मयूरभंज प्रदेश हे भंजांचे साम्राज्य होते. इतिहासकारांच्या मते, भंज ही मौर्य साम्राज्याचीच एक शाखा होती. आपल्या कुळातला पहिला माणूस लांडोरीच्या अंड्यातून जन्माला आला, अशी भंजांची श्रद्धा होती. लांडोर हेच त्यांचे राजचिन्ह होते आणि मोराच्या हत्येवर त्यांनी पूर्ण बंदी घातली होती. त्यांचा ध्वजही मयूरध्वज म्हणून ओळखला जायचा.

मौर्यांचे पूर्वजही मयूर उपासक असल्याचे इतिहास सांगतो. मौर्य हा शब्दही

विविध द्राविडी भाषांमध्ये 'मोर' या शब्दासाठी 'मईल' आणि त्यापासून तयार झालेले वेगवेगळे शब्द आहेत. मल्याळम, कन्नड, तेलगू, तमिळ या भाषांबरोबर दक्षिण भारतातल्या अनेक बोलीभाषांमध्ये 'मोर' या पक्ष्यासाठी वेगवेगळ्या संज्ञा आहेत.

तमिळ भाषेत मई म्हणजे गडद रंग. त्यामुळे मईल (mayil) याचा अर्थ 'गडद रंगाचे ठिपके असलेले पीस' असा असू शकतो, असे भाषातज्ज्ञ सांगतात. गडद रंगाचे असलेले पीस हेच मोराचे मुख्य वैशिष्ट्य असल्यामुळे हा तर्क बरोबर आहे, असे मानायला हरकत नाही.

इतर सर्व द्राविडी भाषांमधल्या 'मोर' या शब्दासाठीच्या संज्ञा मात्र 'मईल'शी थेट संबंधित नाहीत. कदाचित या भाषांनी इंडो आर्यन भाषांमधून हे शब्द उचलले असावेत. मयूर हा संस्कृत शब्दही 'मईल' या संज्ञेचे आर्यीकरण होऊन तयार झाला आहे.

मयूर या शब्दापासून बनलेले विशेषण आहे. आपल्या सुवर्ण आणि रौप्य नाण्यांवर मोराला स्थान देऊन मौर्यांनी मोराला गौरव आणि प्रतिष्ठा प्राप्त करून दिली. स्कंदगुप्त, कुमारगुप्त ही मौर्य सम्राटांची नावेही ते मयूर उपासकांच्या पंथाशी निगडित असल्याचे सूचित करतात. मौर्यांचे मोर हेच कुलचिन्ह होते. त्यामुळे त्यांच्यासाठी हा पक्षी पवित्र होता. गुप्तवंशीय राजांनीही मोराला संरक्षण दिले होते.

सम्राट अशोक मात्र दररोज मोराचे मांस खात असल्याचा उल्लेख इतिहासात आहे. पुराणे आणि रामायण-महाभारतासारख्या काव्यांमध्येही अनेक राजघराण्यांच्या दररोजच्या जेवणात मोराचे मांस हा रुचकर पदार्थ समाविष्ट असल्याचा उल्लेख आहे. मोराचे मांस हा त्या काळी राजेरजवाडे आणि काही आदिम समूहांच्याच जेवणातला पदार्थ होता. उलट अशोकाने नंतरच्या काळात मोराची हत्या थांबवण्यासाठी प्रयत्न केले आणि या पक्ष्याला अभय दिले. त्याने त्या काळात मोराला राष्ट्रीय पक्षी म्हणून घोषित केले होते. मौर्य साम्राज्याचा विस्तार जसजसा होत गेला, तसतसे मोराचे मांस राजघराण्यांच्या जेवणात समाविष्ट होणे बंद झाले, असे इतिहासकार सांगतात.

मुस्लीम सम्राटांनीही मोराचा आदर केला. याचे कारण त्यांच्या श्रद्धेनुसार 'अल्लाह'ने प्रथम हजार फांद्यांचा वृक्ष तयार केला आणि त्यावर मोराच्या रूपातल्या प्रेषिताला त्याने बसवले. त्याने या मोराला आपल्या समोर बसवले तेव्हा त्याला स्वत:चे प्रतिबिंब त्याच्यामध्ये दिसले. आपले सौंदर्य पाहून तो इतका आनंदून गेला की त्याच्या डोळ्यांतून सुखाने अश्रू पाझरायला लागले. आणि या अश्रूंमधूनच अल्लाने विश्व निर्माण केले. बहुधा या श्रद्धेमुळेच मुस्लिमांच्या कबरीवर मोराची सजावट अनेकदा असते. अकबराच्या कबरीवरही पिसारा फुलवलेला मोर आढळतो.

पर्शिया, चीन आणि इतर काही देशांमधली मयूर उपासना हे भारताचे ठळक सांस्कृतिक योगदान आहे. मयूर उपासकांचा पंथ भारतातून एका दिशेने पर्शिया, इजिप्त, ग्रीस आणि युरोपात स्थलांतरित झाला; तर दुसऱ्या दिशेने तो चीन आणि जपानमध्ये विस्तारला.

मयूर सिंहासन ही तर शहाजहान या मुघल सम्राटाची ओळखच आहे. असे सिंहासन त्याच्या आधीच्या आणि नंतरच्याही कुठल्याच सम्राटाच्या काळात तयार झाले नाही. अत्यंत किमती असे हे रत्नजडित सिंहासन आग्र्यामध्ये बनवले गेले. १७३९ मध्ये इराणच्या नादिरशहाने हे सिंहासन पळवले आणि पर्शियाला नेले. आजही हे जगप्रसिद्ध सिंहासन तेहरानलाच असल्याचे मानले जाते.

दक्षिण भारतात मोराचे नाव अनेक ठिकाणांशी जोडलेले आहे. मुरुगाचे मंदिर नसलेले एकही गाव तमिळनाडूत तर सापडणारच नाही. कावेरीच्या खोऱ्यातल्या तंजावर जिल्ह्यात मयूरम् नावाचा तालुका आहे. तिथे मयूरेश्वराचे सर्वांत अप्रतिम देऊळ आहे. मयूरनाथस्वामी या नावाने तिथले दैवत प्रसिद्ध आहे. नऊ मजली गोपुर असलेले हे मंदिर तमिळनाडूतले अतिशय प्रसिद्ध मंदिर आहे.

पल्लव साम्राज्यातला नंदी वर्मन तिसरा हा राजा मयूररक्षक म्हणूनच ओळखला जात होता. त्याच्यावरूनच मईलापूर हे नाव पडले आहे. आजच्या चेन्नई शहरातले हे एक उपनगर आहे. त्यामुळेच अगदी अलीकडच्या काळापर्यंत मद्रास हे मोरांचे शहर म्हणून ओळखले जायचे.

या सगळ्या गोष्टी भारतीय इतिहासातले मोराचे गौरवशाली स्थान सूचित करणाऱ्याच आहेत. आजचा भारतीय समाज अनेक धर्म, पंथ आणि जातिजमातींमध्ये विभागला गेला असला तरी मोराचा उल्लेख झाला की काश्मीर ते कन्याकुमारीपर्यंत सगळे भारतीय एक होतात. भारतीय इतिहासात एकात्मतेचे प्रतीक अशीच त्याची भूमिका सातत्याने राहिली आहे. मोराचा सांस्कृतिक प्रभाव मोठा असल्यामुळेच आर्यांना मुरुगाच्या रूपातल्या मोराचा स्वीकार करावा लागला आणि स्कंद, सुब्रमण्यम, कार्तिकेय अशा नावांनी प्रसिद्ध पावलेल्या शिवाच्या या दुसऱ्या पुत्राचे उन्नयन करावे लागले. राष्ट्रीय पक्षी म्हणून होणारा मोराचा गौरव यथार्थ आहे, तो यासाठी.

संस्कृत साहित्य आणि कलांमधला मोर

भारतीय संस्कृतीच्या उदयकाळापासून लोकप्रिय असणारा मोर हा बहुधा एकमेव पक्षी आहे. वैदिक साहित्यापासून आजपर्यंत विविध भाषांमधल्या साहित्यात मोराचे स्थान अढळ राहिले आहे. आणि संस्कृत वाङ्मयाने तर या पक्ष्याला अजरामर केले आहे.

जगातले सर्वांत प्राचीन वाङ्मय समजल्या जाणाऱ्या वेदांमध्ये मोराचा वारंवार उल्लेख आहे. वेदकारांनी मोराला सूर्याचे प्रतीक म्हणूनही संबोधले आहे.

मोराचा वैज्ञानिकदृष्ट्या प्रथम अभ्यास केला तो ग्रीकांनी. पक्षीतज्ज्ञांच्या मते मोर हा तितर वर्गातला पक्षी आहे. उत्क्रांतीच्या प्रक्रियेत त्याला आजचे रूप मिळाले. पण अगदी पहिला मोर कधी निर्माण झाला, याबाबत निश्चित पुरावे उपलब्ध नाहीत.

मोर हा सर्पाचा शत्रू असल्याचा उल्लेख अथर्ववेदात आहे. विविध वन्यजीवांचे वर्णन करताना तैतिरीय संहितेने मोराचाही समावेश केला आहे.

प्राचीन भारतीय कवींच्या कल्पनाशक्तीला चेतवणारा मोरासारखा दुसरा पक्षी क्वचितच असेल. वाल्मिकी, कालिदास, भवभूती, जयदेव यांसारख्या कवींच्या साहित्यकृतींमध्ये चिरंजीव झालेल्या मोराची मोहिनी आज कित्येक शतकांनंतरही आपल्या मनावर कायम आहे. नजरेला सुखावणारा मोराचा रंग, त्याचे लयबद्ध नृत्य, परिसरातल्या हिरवाईशी असणारे त्याचे नाते, बदलणाऱ्या ऋतूंना तो देत असलेला उत्सुक प्रतिसाद यांमुळे इतर पक्ष्यांपेक्षाही कवीकुळाला मोराविषयी जास्त ओढ वाटली असणार. माणूस आणि निसर्ग यांच्यातला सुसंवाद स्पष्ट करण्यासाठी प्राचीन कवींनी मोराची निवड केली आहे. सगळ्या अभिजात साहित्यांत, गरजेच्या वेळी मदत करणारा मित्र अशीच मोराची प्रतिमा राहिली आहे.

रामायणाच्या अरण्यकांडात वाल्मिकींनी मोराला पाहून सीतेच्या विरहाने आणखी व्याकूळ झालेल्या रामाचे वर्णन फार उत्कटतेने केले आहे. भवभूतीच्या उत्तररामचरितातही सीतेचा त्याग केल्यानंतर वनवासातल्या आठवणींमध्ये रमलेल्या रामाला सीतेबरोबरच मोराच्या मोहक रूपाची कशी आठवण येते, हे भवभूतीने सांगितले आहे.

रघुवंश, मेघदूत आणि ऋतुसंहार, अभिज्ञान शाकुंतलम् या ग्रंथांमध्ये आणि इतरही रचनांमध्ये कालिदासाने मोराचे केलेले वर्णन अविस्मरणीय आहे. सहाही ऋतूंमध्ये या पक्ष्याच्या जीवनाचा अभ्यास करून कालिदासाने मोराच्या विविध सवयी, त्याचे नृत्य, ऋतुमानानुसार बदलणाऱ्या त्याच्या भावावस्थांचा केलेला उच्चार इतरत्र क्वचितच आढळेल. भवभूती, भारवी, शारंगधर, शूद्रक यांच्या विविध रचनांमध्ये प्रेमाच्या आणि विरहाच्या प्रसंगांमध्ये मोराची उपस्थिती

मोराच्या शरीरातल्या प्रत्येक अवयवाला औषधी मूल्य आहे. सुश्रुत आणि चरक या दोघांनी मोराच्या मांसाची औषधी वैशिष्ट्ये विस्तारपूर्वक सांगितली आहेत. क्षय, पक्षाघात, दमा, डोकेदुखी, वंध्यत्व अशा अनेक व्याधींवरच्या उपचारात मोराच्या विविध अवयवांचा उपयोग होतो, असे मानले जाते. पण प्राचीन काळापासून या पक्ष्याला मिळालेल्या धार्मिक आणि सांस्कृतिक प्रतिष्ठेमुळे औषधी उपयोगांसाठी मोरांची हत्या करण्यावर निर्बंध आले आहेत.

अनिवार्य राहिली आहे. मोराच्या पिसाऱ्यावरच्या तेज:पुंज डोळ्यांइतक्याच तेजस्वी शब्दांमध्ये या संस्कृत कवींनी मोराचे बिंब पकडले आहे.

भारतीय सौंदर्यशास्त्र आणि ललितकलांमध्ये मोराला विशेष स्थान आहे. संगीत, नृत्य, चित्रकला यांसारख्या विविध भारतीय कला मोराशी शतकानुशतके नाते सांगत आल्या आहेत. काही वेळा या कलांमध्ये मोर हा अंगणात वावरणारा, साधासुधा पाळीव पक्षी आहे, तर काही रागांच्या स्वररचनांचे तो अविभाज्य अंग बनून राहिला आहे. मेघगर्जना होताक्षणी नृत्यप्रविष्ट होणारा आणि प्रेमाच्या तहानेचे प्रतीक असणारा मोर हा मल्हार रागाचा महत्त्वपूर्ण घटक आहे. नायकाच्या, विशेषत: कृष्णाच्या मुकुटातल्या मोरपिसांखेरीज वसंत हा रागही पूर्ण होऊच शकत नाही. मोराच्या आवाजाला संस्कृतमध्ये 'केका' म्हणतात. या आवाजाचे भारतीय संगीतातल्या षड्‌जाशी साम्य असल्याचे म्हटले जाते.

मयूराच्या आकाराचे डोके असलेली वीणा आणि इतरही काही वाद्यांची नावे मोरावरून पडली आहेत (मयूरवीणा, तौसा, मोरचंगा इत्यादी). मोराचा पिसारा लेऊन केले जाणारे मयूरनृत्य म्हणजे नजरेला अक्षरश: पर्वणी असते. सितारादेवी, वैजयंतीमाला आणि इतरही अनेक कलाकारांनी केलेली मयूरनृत्ये हिंदी चित्रपटांत आणि जाहीर कार्यक्रमांत रसिकांची पुष्कळ दाद मिळवून गेली आहेत. कथक नृत्यशैलीतही मयूरनृत्य हा लोकप्रियता मिळवणारा प्रयोग आहे. भूतानमध्ये सामूहिक मयूरनृत्य करण्यासाठी लोककलावंत एका जागी जमतात आणि मोराच्या स्तुतीची गाणी गात नृत्य करतात.

चित्रकारांचे तर मोर हे अत्यंत लाडके प्रतीक आहे. सतराव्या-अठराव्या

भारतातल्या विविध भाषांमधल्या लोकसाहित्यात मोराची ठळक उपस्थिती आहे. मोराचा रंग, पिसारा, इतर शरीराच्या मानाने कुरूप असलेले त्याचे पाय, मोराचे नृत्य, त्याच्या पिसाऱ्यावरचे डोळे यांसंबंधीच्या लोककथा आणि लोकगीते भारताच्या निरनिराळ्या भागात प्रचलित आहेत. पहिल्या मोराची निर्मिती, पिसाऱ्यावरचे डोळे याबाबत विविध आदिवासी समूहांमध्ये प्रचलित असणाऱ्या कथा अतिशय रंजक आहेत. सूर्य आणि मोर यांचे नाते सांगणारी खासी लोककथा सर्वात प्राचीन मानली जाते.

शतकातल्या राजस्थानी पेंटिंग्जमध्ये तरुण मुलींसोबत रमलेला मोर अनेकदा चितारला गेला आहे. प्रेम, पाऊस आणि विरह सूचित करणाऱ्या प्रत्येक चित्रकाराला मोर नेहमीच खुणावत आला आहे. राधाकृष्णाची प्रेमकथा रंगवणाऱ्या चित्रकारांनीही मोराची उपस्थिती आवश्यक मानली आहे.

शिल्पकला, लाकडी कोरीव काम, काचेच्या आणि हस्तिदंती वस्तू, पितळ आणि तांब्याच्या शोभिवंत वस्तू, भरतकाम, या सगळ्या कलांनीही मोराला शतकानुशतकांपासून आपलेसे केले आहे. मोर विशेषतः स्त्रियांचा अधिक लाडका आहे. मोरबुट्टी असलेल्या साड्यांची हौस आज एकविसाव्या शतकातही कायम आहे.

योगशास्त्रातही मोरावरून नाव पडलेले 'मयूरासन' हे आसन आहे. मानसिक संतुलन आणि विषारी अन्नपदार्थांचे वाईट परिणाम दूर करण्यासाठी हे आसन उपयुक्त असल्याचे मानले जाते.

कलावंतांना अनेक शतकांपासून आजतागायत भुरळ पाडणाऱ्या मोराला राष्ट्रीय पक्षी म्हणून गौरव मिळावा, हे साहजिकच आहे; हे या विवेचनावरून लक्षात यावे.

भारतासारख्या प्राचीन भूमीवरच्या सांस्कृतिक परंपरांचे प्रतीक म्हणून जसे मोराकडे पाहिले जाते, तसे भारतातल्या इतर कुठल्याच पक्ष्याकडे पाहिले गेलेले नाही. भारताच्या पूर्व-पश्चिम आणि दक्षिण-उत्तर अशा सगळ्या भागांना एकत्र आणण्याचे काम मोराने केले आहे. जरी हा पक्षी मुळात द्रविड भूमीतला रहिवासी असला तरी दूर दक्षिण प्रांतांशी जोडणारा दुवा म्हणून आर्यांनी मोर

नृत्य करून मेघमालांचे स्वागत करणारा मोर भारतीय संस्कृतीत शुभसूचक मानला जातो. कारण त्याच्या या नृत्यापाठोपाठ पावसाला सुरुवात होते. म्हणून भारतासारख्या कृषिप्रधान देशात मोर हा जीवनदाता आहे.

हे उपयुक्त साधन मानले आणि आपल्या साहित्यातही त्याला स्थान दिले. राजनीतीचा उदय जगात होण्यापूर्वीपासून भारताचा सांस्कृतिक दूत म्हणून मोराने जगभरात प्रवास केला आहे आणि आजही ही परंपरा कायम आहे.

◆

राष्ट्रीय पुष्प : कमल

राष्ट्रीय पुष्प - कमळ

भारत हा अजोड आणि विपुल अशा निसर्गसौंदर्याने नटलेला देश आहे. अर्थातच नाना रंगांची, विविध गंधांची आणि अनेकविध आकारांची फुले भारतात ठिकठिकाणी फुललेली दिसतात. या सगळ्या फुलांमधून राष्ट्रीय पुष्प म्हणून कमळाची निवड केली गेली आहे. याचे कारण कमळ हा केवळ निसर्गसौंदर्याचा आविष्कार नाही. ते भारतीय संस्कृतीचेच एक प्रतीक आहे. वैदिक काळापासून कमळ हा भारतीय परंपरेच्या लेखी आदराचा विषय आहे.

शास्त्रीय ओळख

कमळाचे शास्त्रीय नाव आहे Nelumbo nucifera. ही पाण्यात उगवणारी वनस्पती आहे. परिस्थिती अनुकूल असली तर कमळाच्या बिया कित्येक वर्षे टिकून राहतात. चीनच्या ईशान्य भागातल्या एका सुकलेल्या तळ्यातून मिळालेले १२०० वर्षांपूर्वीचे कमलबीज वापरून नवे रोप उगवल्याचे उदाहरण वनस्पतिशास्त्रात नोंदवले गेले आहे. भारताप्रमाणे व्हिएतनामचेही हे राष्ट्रीय पुष्प आहे. इ.स. पूर्व ५० मध्ये कमळ भारतातून इजिप्तमध्ये गेले, अशी नोंद आहे.

कमळ ही पाण्यातली वनस्पती असली तरी तिची मुळे जलाशयाच्या तळाशी असणाऱ्या मातीत रुजलेली असतात. कमळाची पाने मात्र पाण्यावर तरंगतात. पानांपासून उंच असलेल्या जाड देठावर कमळाचे ठसठशीत फूल डोलत असते. या वनस्पतीची उंची अंदाजे १५० सेंमी

आणि जमिनीला समांतर असणारा विस्तार साधारणतः ३ मीटरपर्यंत असतो. पानांचा व्यास जास्तीतजास्त ६० सेंमी असतो; तर फूल २० सेंमी व्यासाचे असू शकते.

माणूस किंवा इतर उष्ण रक्ताच्या प्राण्यांप्रमाणे कमळही आपल्या फुलांचे तापमान नियंत्रित करू शकते, असे संशोधनाने स्पष्ट केले आहे. वातावरणाचे तापमान १० डिग्री सेल्सिअसपर्यंत उतरले तरी कमळाच्या फुलांनी आपले तापमान ३०-३५ डिग्री सेल्सिअसच्या दरम्यान राखल्याचे ऑस्ट्रेलियातल्या ॲडलेड युनिव्हर्सिटीतल्या संशोधनात आढळल्याची नोंद शास्त्रज्ञांनी केली आहे. परागीभवनाला मदत करणाऱ्या थंड रक्ताच्या कीटकांना आकर्षित करण्यासाठीची ही योजना असावी, असे *नेचर* या नियतकालिकात प्रसिद्ध झालेल्या शोधनिबंधात म्हटले आहे.

उपयोग

कमळाची फुले, बिया, कोवळी पाने आणि मुळे खाण्याजोगी असल्यामुळे त्यांपासून विविध खाद्यपदार्थ बनवले जातात. कमळाची मुळे तंतुमय पदार्थांनी परिपूर्ण असतात. शिवाय त्यात 'क' जीवनसत्त्व भरपूर असते. फॉस्फरस (स्फुरद), तांबे, मँगनीज, आणि काही प्रमाणात ब जीवनसत्त्व (बी१) यांनीही कमळाची मुळे परिपूर्ण असतात. चरबीचा अंश मात्र त्यात अगदीच नगण्य प्रमाणात असतो.

कमळाचे देठ सुगंधी 'हर्बल टी' करण्यासाठी उपयुक्त असतात. त्याच्या बिया पुडिंगमध्ये वापरतात. कमळाच्या देठांपासून बनवलेला वेफर्ससारखा कुरकुरीत पदार्थ दक्षिण भारतात लोकप्रिय आहे. भाजी, लोणचे यांसारख्या रोजच्या जेवणातल्या पदार्थांसाठीही कमळाचे देठ वापरले जातात. कमळाचे बी हृदयक्रिया सुरळीत सुरू ठेवण्यासाठी उपयुक्त आहे.

म्यानमारमध्ये बुद्ध मूर्तीला जी वस्त्रे परिधान केली जातात, ती कमळाच्या तंतूंपासून बनवली जातात.

कमळाचे रंग

कमळाच्या रंगानुसार दोन-तीन प्रजाती आहेत. या प्रजातींचा उल्लेख भारतातल्या प्राचीन साहित्यातही आहे. पांढऱ्या कमळाला ऋग्वेदात 'पुंडरीक' म्हटले

आहे; तर निळ्या कमळाचा उल्लेख 'पुष्कर' किंवा 'इंदिवर' असा आहे. याखेरीज गुलाबी किंवा लाल कमळाचे नाव 'कोकनद' असल्याचे अभ्यासक सांगतात.

प्रतीकात्मकता

कमळ हे पाण्यात जन्मणारे-उमलणारे फूल आहे. त्यामुळेच त्याला जलज, वारिज, अब्ज, अशी जळाशी असलेले त्याचे नाते स्पष्ट करणारी नावे आहेत. पाणी आणि माती यांच्या संयोगातून म्हणजेच चिखलातून कमळ उमलत असल्यामुळे त्याला 'पंकज'ही म्हटले जाते. वेदकारांनी जळ आणि कमळ यांना एकरूपच मानले आहे. जीवसृष्टीचा आरंभ जळातून झाला; पण जळ आणि कमळ हे एकरूप असल्यामुळे कमळ हेही सृष्टीचे जन्मस्थान असल्याचा विश्वास वैदिक परंपरेने बाळगला होता. अग्नीचा जन्मही कमळातूनच झाला असे ऋग्वेदात म्हटले आहे -

त्वामग्ने पुष्कराद् अध्यथर्वा निरमंथत। मर्ध्वो विश्वस्य वाघतः।।

(ऋग्वेद ६.१६.१३)

(हे अग्ने, विश्वाचे आदिकारण असलेल्या जळातून-कमळातून मंथन करून प्रजापतीने तुला बाहेर काढले.)

'आपो वै पुष्करम्' असे म्हणून शतपथ ब्राह्मणानेही कमळ आणि पाणी यांची एकरूपता अधोरेखित केली आहे. विश्वनिर्मितीपूर्वी सगळीकडे चंचल म्हणजे 'सलिल' असे पाणी होते (Chaotic Water) आणि त्याचे प्रतीक असलेल्या कमळातून विश्व-चेतनेचा उदय झाला, असे तैत्तिरीय संहितेने सांगितले आहे -

इदमग्रे सलिलमासीत्।
स प्रजापतिः पुष्करपर्णे
वातोभूतोऽले लायत्।
स प्रतिष्ठां ना विन्दत।
स एतदपां कुल्यां अपश्यत्।
तस्मिन्नग्निमचिनुत।
तदियमभवत्।

ततो वैस प्रत्यतिष्ठत्। (तैत्तिरीय संहिता ५.६.४.२-३)

(प्रारंभी सर्व सलिल- चंचल जल होते. तो प्रजापती पुष्करपर्णावर डोलत होता. त्याला स्थिरता लाभत नव्हती. तो जळाच्या कुशीत डोकावला आणि तिथून अग्नीचे चयन केले. त्यानंतर या सृष्टीचा जन्म झाला आणि प्रजापतीला प्रतिष्ठा लाभली.)

या ठिकाणी सलिल हे आदित्वाच्या, जळाच्या अस्थिरतेचे सूचक आहे; तर कमलपत्र-पुष्करपर्ण हे त्याच्या स्थिरतेचे प्रतीक आहे.

तैत्तिरीय आरण्यकानुसार (१.२३.१) प्रारंभी सर्व चंचल असे जळ होते. प्रजापती एकटाच कमलपत्रावर अवतरला. त्याच्या अंतर्मनात असा भाव प्रकट झाला की 'मी हे विश्व निर्माण करीन'. तैत्तिरीय ब्राह्मणाने मात्र सृष्टिउत्पत्तीची कथा थोडी वेगळ्या प्रकारे सांगितली आहे. चंचल अशा जळावर कमलपत्र स्थिर असलेले त्याने पाहिले. 'हे ज्याच्या आधारे स्थिर आहे, असे काही तरी असले पाहिजे', असा विचार त्याने केला. वराहरूप धारण करून त्याने पुष्करपर्णाजवळ बुडी मारली आणि त्याला खाली पृथ्वी मिळाली असे ही कथा सांगते (तै. ब्रा. १.१.३.५-६). पृथ्वीचा काही भाग घेऊन तो बाहेर आला आणि पुष्करपर्णावर त्याने पसरला. अशी ही सृष्टीची जन्मकथा आहे. पुढे पुराणात आलेली आणि आपल्याला परिचित असलेली विष्णूच्या वराह अवताराची कथा या वैदिक कथेपासूनच विकसित झाली असणार, यात शंका नाही.

वैदिक वाङ्मयातले हे सगळे उल्लेख पाहता, कमळाला या प्राचीन परंपरेने विश्वाची निर्मिती करणाऱ्या जळाचे प्रतीक मानले आहे, हे स्पष्ट आहे. खरे तर जळ या आदितत्त्वाचे सर्जक रूप म्हणजेच कमळ, अशी त्यांची धारणा होती. कमळाची प्रतीकात्मता उलगडताना डॉ. रा. चिं. ढेरे यांनी कमळाला 'सर्जनाचे माहेर' म्हटले आहे, ते याच अर्थी.

जळ आणि कमळ यांची एकरूपता प्राचीन भारतीय परंपरेने जशी अधोरेखित केली तसे भूमीचे प्रतीक म्हणूनही तिने कमळाचा गौरव केला. भूमी म्हणजे आदिमाता, भूमीची प्रतिनिधी असलेली स्त्री आणि कमलपुष्प यांच्यातली एकात्मता प्राचीन भारतीय साहित्यात अनेक ठिकाणी प्रकट झाली आहे. कमळाला मिळालेले हे गौरवाचे स्थान वर्णन करताना एका संस्कृत कवीने म्हटले आहे -

लक्ष्मीः स्वयं निवसति त्वयि लोकधात्री
मित्रेण चापि विहितोऽस्ति दृढोऽनुरागः।
वन्दीव गायति गुणांस्तव चंचरीकः
कः पुन्डरीक! तव साम्यमुरी करोति?।।

(प्रत्यक्ष लोकधात्री लक्ष्मी तुझ्या ठायी निवास करते; विश्वाचा मित्र असलेल्या सूर्यानेही तुझ्याविषयी गाढ अनुराग बाळगला आहे; एखाद्या भाटाप्रमाणे भ्रमर तुझे गुणगान करतो आहे. हे कमला, तुझ्या या भाग्याची बरोबरी कोण करू शकेल?)

कमळ हे पृथ्वीचे प्रतीक असल्यामुळेच ते सूर्याच्या अनुरागाला पात्र ठरले आहे. सूर्य म्हणजे द्यौ. पृथ्वी ही त्याची प्रियतमा. या दोघांच्या मीलनातूनच विश्वनिर्मिती झाली, अशी इथल्या प्राचीन परंपरेची धारणा आहे. कमळ आणि पृथ्वी एकरूपच असल्यामुळे सूर्याच्या दर्शनाने कमलरूपा पृथ्वी फुलून येते, असा विश्वास या परंपरेने बाळगला. सूर्य आणि चंद्र हे दोघे द्युलोकीचेच प्रतिनिधी असल्यामुळे सूर्य-चंद्राच्या दर्शनाने फुलणारे कमळ वैदिक परंपरेच्या लेखी पृथ्वीशी सतत साधर्म्य सांगत राहिले. पृथ्वी आणि स्त्री या दोहोंचे प्रतीक बनून राहिले.

पृथ्वी आणि कमळ यांच्यातले श्रीसूक्तात प्रकटलेले नाते डॉ. रा. चिं. ढेरे यांनी *लज्जागौरी* या ग्रंथात उलगडून दाखवले आहे. श्रीसूक्तातली 'श्री' ही भूदेवी म्हणजे पृथ्वीच आहे, हेही त्यांनी स्पष्ट केले आहे. त्यानुसार 'कर्दमामुळे प्रजावती' होणारी (कर्दमेन प्रजाभूता), 'जळामुळे स्निग्ध' होणारी (आपः सृजन्तु स्निग्धानि) आणि 'आर्द्रा' अशी ही देवता म्हणजे निश्चितपणे भूमी आहे. तिच्या 'गजलक्ष्मी' रूपाची आठवण 'हस्तिनादप्रबोधिनी' या विशेषणावरून होते. गज म्हणजे हत्ती हे मेघाचे प्रतीक मानले गेले आहे. मेघाच्या गडगडाटामुळे जी मोहरते, ती इतर कुणी नसून पावसाची वाट पाहणारी भूमीच आहे, यात शंका नाही. भारतातली जमीन प्रामुख्याने भात पिकवणारी असल्यामुळे श्रीसूक्ताच्या रचनाकाराने 'करीषिणी' (शेणखताने युक्त) हे विशेषण वापरून या भूदेवीची ओळख स्पष्ट केली आहे. 'हिरण्यवर्णा', 'हिरण्यप्राकारा', 'गंधद्वारा' या विशेषणांद्वारे त्याने ऐन बहरात असलेल्या भातशेतीखालच्या सुगंधित भूमीचे

दर्शन आपल्याला घडवले आहे. ही अन्नदा भूमीच धनधान्याची समृद्धी देणारी 'लक्ष्मी' आहे.

अशा या लक्ष्मीला श्रीसूक्तकाराने कमलासनावर बसलेल्या अवस्थेत (पद्मेस्थिता) पाहिले आहे. तिचा वर्णही त्याला कमळाप्रमाणे (पद्मवर्णा) वाटतो. ही लक्ष्मी किंवा भूदेवी म्हणजे प्रत्यक्ष कमळवेल (पद्मिनी) आहे आणि तिच्या गळ्यात कमळांच्या माळा शोभताहेत (पद्ममालिनी) असे त्याने तिचे वर्णन करताना म्हटले आहे. श्रीसूक्ताला जोडूनच असलेल्या लक्ष्मीसूक्तात तर पृथ्वी आणि कमळ यांच्यातला अनुबंध अधिक थेट आणि स्पष्ट आहे -

पद्मानने पद्म-ऊरू पद्माक्षी पद्मसंभवे।
तन्मे भजसि पद्माक्षी, येन सौख्यं लभ्याम्यहम्।।१।।
पद्मानने पद्मिनी पद्मपत्रे, पद्मप्रिये पद्मदलायताक्षी।
विश्वप्रिये विश्वमनोनुकूले त्वापादपद्मं मयि सन्निधत्स्व।।३।।
सरसिजनिलये सरोजहस्ते धवल तरांशुकगंध-माल्य-शोभे।
भगवति हरिवल्लभे मनोज्ञे त्रिभुवनभूतिकरी प्रसीद मह्यम्।।७।।

(हे कमलमुखी, जिच्या मांड्या कमलासारख्या मुलायम आहेत, अशा कमलनयन कमळजे! ज्याने मला सौख्य लाभेल असे काही मला दे. हे कमलमुखी कमले, हे कमलपत्रारूढे, कमलप्रिये, हे कमलदलनयने, विश्वप्रिये, विश्वाला आवडणाऱ्या देवते, तुझे चरणकमल माझ्या ठायी ठेव. हे कमलवासिनी, कमलधारिणी, तू शुभ्र आणि तलम वस्त्रांनी आणि गंधमालांनी सुशोभित झालेली आहेस. हे भगवति, हरिवल्लभे, सगळ्या त्रिभुवनाला वैभवसंपन्न करणारी तू माझ्यावर प्रसन्न हो.)

अशी ही कमलरूपा, कमला भूमी म्हणजे श्रीदेवीच पुराणात लक्ष्मी आणि भूदेवी अशा दोन रूपांत अवतरली आहे. म्हणूनच कमळ हे पृथ्वीच्या रूपात जसे सर्जनाचे-निर्मितीचे प्रतीक आहे, तसेच ते लक्ष्मीच्या रूपात समृद्धीचेही प्रतीक आहे. कमळावर विराजमान झालेल्या आणि हातात कमळ धारण करणाऱ्या लक्ष्मीचे भारतीय दैवतपरंपरेतले महत्त्वाचे स्थान आजही अबाधित आहे. अर्थात प्राचीन भारतीय परंपरेने भरपूर पर्जन्यवृष्टी आणि धान्याने आणि वृक्षवनस्पतींनी बहरलेली जमीन याच समृद्धीच्या खुणा मानल्या. सर्जनातूनच ही समृद्धी निर्माण

होत असल्यामुळे सर्जनाचे आणि समृद्धीचे प्रतीक असलेले कमळ भारतीय संस्कृतीत आदराचा आणि गौरवाचा विषय बनले आहे.

वेदांप्रमाणे पुराणांनीही पृथ्वीचे पद्मरूप गौरवले आहे. वायुपुराणाने तर पृथ्वीपद्माची कल्पना मांडताना म्हटले आहे -

अव्यक्तत्पृथिवीपद्मं मेरूपर्वतकर्णिकम्।

चतुष्पथे समुत्पन्नं व्यक्तं पंचगुणे महत्।।   (वायुपुराण ३४.३७)

(अव्यक्तापासून पृथ्वीपद्म उत्पन्न झाले. मेरूपर्वत ही त्या पद्माची कर्णिका म्हणजे बीजकोष आहे. हे चार दिशारूपी पाकळ्यांनी आणि पंचगुणांनी युक्त असे विराट कमळच आहे.)

पुढे आणखी एका ठिकाणी (६२.१९७) वायुपुराणाने पृथ्वी ही विश्वाची माता आहे, हे लक्षात घेऊन तिला 'चराचरस्य लोकस्य योनि:' असे संबोधले आहे. परंपरेच्या लेखी पृथ्वी कमलरूपा असल्यामुळे कमळ हेही 'चराचराची योनी' म्हणजेच विश्वाचे उत्पत्तिस्थान ठरले आहे. भूमीचे, भूदेवीचे एक रूप असणाऱ्या जोगुळांबा, एल्लम्मा, रेणुका किंवा लज्जागौरीसारख्या काही देवतांच्या मूर्तींच्या शिरोभागी, स्तनांच्या जागी कमळ कोरलेले असते ते यामुळे. शिवाय त्यांच्या हातात कमळे असतात. मूर्ती ज्या शिळेवर कोरलेली असते, त्या शिळेवरही कमळे घडवलेली असतात.

सृष्टीच्या उत्पत्तीविषयीची कल्पना जशी वेदांनी वर्णन केली आहे, तशीच ती पुराणांनीही केली आहे. आणि त्यांनीही या उत्पत्तीशी कमळाचा संबंध आवश्यक मानला आहे. मत्स्य पुराणात म्हटले आहे की (मत्स्यपुराण १६८.१५-१६, १६९.१-१८) 'प्रलयानंतर विष्णू एका प्रचंड मोठ्या जलाशयात आनंदाने क्रीडा करत होता. त्याने आपल्या नाभीतून सहस्र पाकळ्यांचे सुवर्णकमळ निर्माण केले. ते सूर्याप्रमाणे तेजस्वी कांती असलेले होते. त्या विशाल सुवर्णकमळात चतुर्मुख ब्रह्मा उत्पन्न झाला. हे कमळ म्हणजे पृथ्वीचेच रूप. या पृथ्वीदेवतेला त्यांनी 'रसा' असे म्हटले आहे. या पद्मातून जे अवजड पदार्थ निर्माण झाले ते म्हणजे पर्वत. या पद्माकार पृथ्वीच्या चार बाजूंना चतु:समुद्र आहेत.' विष्णूच्या केवळ इच्छेने ही कमलाकार पृथ्वी निर्माण झाली, असे पुराणकारांनी मानले आहे. म्हणूनच तिच्या उत्पत्तीविषयीच्या वर्णनालाही 'पुष्कर' असेच नाव दिले गेले आहे.

सृष्टीची उत्पत्ती ज्या कमळातून झाली, ते विष्णूच्या नाभीतून निर्माण झाल्याचा विश्वास प्राचीन भारतीय परंपरेने बाळगल्यामुळे विष्णूचे कमळाशी आणि कमलेशी म्हणजे लक्ष्मीशी घट्ट नाते जोडले गेले. विष्णूच्या हातात नेहमी कमळ दाखवले जाते ते यामुळे. पद्मपुराणातही विष्णुपूजेतली कमळांची आवश्यकता आणि त्यामुळे मिळणारी समृद्धी अधोरेखित करणारी एक कथा आहे. इतरही अनेक प्राचीन ग्रंथांमध्ये कमळाचे महात्म्य वर्णन केलेले आहेच. कमलसप्तमी नावाचे एक व्रतही आहे. हे व्रत चैत्र शुद्ध सप्तमीला करतात. सुवर्णाच्या कमळावर सूर्याची प्रतिमा बसवून तिचे दान या दिवशी केले जाते. लक्ष्मी आणि कमळ यांचे नाते तर अतूट आहे. वैदिक परंपरेतल्या कथांनुसार देव-दानवांनी केलेल्या समुद्रमंथनातून लक्ष्मी अवतरली तेव्हा तिच्या हातात कमळ होतेच. कमळाशी एकरूप असलेल्या या लक्ष्मीची पूजा आपण करतो ते सर्जन आणि समृद्धीच्या प्राप्तीसाठीच. गणेशालाही कमळ प्रिय आहे.

केवळ हिंदू परंपरेतच नव्हे; तर बौद्ध आणि इस्लाम धर्मातही कमळाला महत्त्वाचे स्थान आहे. मुघल शिल्पकलेत अनेक ठिकाणी दिसणारे कमळ याच गोष्टीची प्रचीती देते. इस्लाम संस्कृती सांगते की 'सातव्या अस्मानात अल्लाचं सिंहासन आहे आणि त्याच्या उजव्या अंगाला एक कमलपुष्प प्रफुल्लित आहे.'

भारतीय उपखंडाच्या अलीकडच्या इतिहासाकडे पाहिले तरी भगवान बुद्ध कमलासनावर विराजमान झालेला दिसतो. त्याचा पायही खाली कमळावरच टेकलेला दिसतो. कान्हेरी, वेरूळ इत्यादी ठिकाणच्या बौद्ध लेण्यांमध्ये कमळाची अनिवार्य उपस्थिती आहे. वेरूळच्या लेण्यात एका ठिकाणी विशाल कमळावर पाय ठेवून बसलेला बुद्ध आणि त्याच कमळाच्या छायेत बसून त्याची प्रार्थना करणारे भक्त दर्शवले आहेत. सम्राट अशोकाने उभारलेल्या स्तंभांवरही कमळ आहेच. सांची, उदयगिरी इत्यादी ठिकाणचे स्तूप कमलशिल्पांनी नटलेले आहेत.

एकूणच भारतीय संस्कृतीच्या गेल्या पाच-साडेपाच हजार वर्षांच्या इतिहासात कमळाचे स्थान अढळ असल्याचे दिसते. इतर अनेक फुले सुगंध आणि सौंदर्याने युक्त असली तरी विष्णू, लक्ष्मी, शारदा या देवतांच्या सान्निध्यामुळे कमळाला अतिशय मानाचे स्थान मिळाले आहे. सौंदर्याचे प्रतीक म्हणून भारतीय साहित्यातही कमळ अजरामर आहे. स्त्रीच्या सौंदर्याचे वर्णन करताना मुखकमल, नेत्रकमल अशी रूपके वर्षानुवर्षे वापरली जात आहेत. देवतांच्या

किंवा आदरणीय व्यक्तींच्या चरणांनाही 'चरणकमल' अशी संज्ञा वापरली जाते. जिथे ईश्वराचा वास असतो, त्या हृदयाला 'हृदयकमल' असे संबोधले जाते. कमलपत्रालाही तत्त्वज्ञानात मानाची जागा आहे. पाण्यात राहूनही कोरडे राहणारे कमळाचे पान माणसाला संसारात राहूनही अलिप्त राहायला शिकवते. राग, द्वेष, मोह यांसारख्या विकारांपासून दूर राहण्याची शिकवण देते.

साहित्य, संस्कृती, तत्त्वज्ञान अशा सगळ्याच क्षेत्रात प्रतिष्ठा पावलेले कमळासारखे दुसरे फूल नाही. कालिदास, भर्तृहरी, पंडित राज जगन्नाथ, ज्ञानेश्वर अशा सगळ्या श्रेष्ठ साहित्यिक आणि विद्वानांनी आपल्या लेखनाद्वारे कमळाला अजरामर केले आहे. सर्जन, समृद्धी आणि सौंदर्याबरोबरच कोमलता, मृदुता आणि सुखस्पर्शाचे प्रतीक म्हणून भारतीय साहित्यात कमळाचा वारंवार उल्लेख आला आहे. या सगळ्या पार्श्वभूमीचा विचार करता, राष्ट्रीय पुष्प म्हणून कमळाची निवड होणे अगदी स्वाभाविक आहे.

◆

राष्ट्रीय वृक्ष : वड

राष्ट्रीय वृक्ष - वड

जगभरातील बहुतेक सर्व धर्मांमध्ये पवित्र वृक्षांच्या पूजनाची परंपरा आहे. भारतात तर ही परंपरा शतकानुशतके चालू आहे. हिंदू, जैन, बौद्ध, इस्लाम अशा विविध धर्मांमध्ये विविध वृक्षांना आदराचे स्थान दिले गेले आहे. ऋग्वेद आणि अथर्ववेदासारख्या प्राचीन ग्रंथांमध्येही वृक्षपूजेची आवश्यकता पुनःपुन्हा अधोरेखित झाली आहे. केवळ वृक्षांपासून मिळणारे लाभ लक्षात घेण्याऐवजी मानवी आयुष्यातले त्यांचे अटळ स्थान विचारात घेऊन प्राचीन लोकसमूहांनी वृक्षपूजेचा प्रारंभ केला. आणि हा वसा पुढच्या पिढ्यांकडे सोपवला. भारतात ठिकठिकाणी पूजल्या जाणाऱ्या पवित्र वृक्षांमध्ये वटवृक्षाला महत्त्वपूर्ण स्थान आहे. भारताच्या धार्मिक, सांस्कृतिक आणि सामाजिक विश्वाशी युगानुयुगे एकरूप होऊन राहिलेला वटवृक्षाइतका दुसरा वृक्ष क्वचितच असेल.

वड हा संपूर्ण दक्षिण आशियात आढळणारा वृक्ष आहे. पारंपरिक जीवनशैलीचा धागा अखंड हातात धरून आयुष्य जगणाऱ्या ग्रामीण भारतात तर वटवृक्षाची उपस्थिती अनिवार्य असते. घरे, देवळे, रस्त्याच्या दुतर्फा आणि सार्वजनिक जागी दाट सावली देणारे हे झाड हमखास आढळते. झोप, विश्रांती, गप्पाटप्पा यासाठी वटवृक्षाच्या पारासारखी दुसरी जागा खेडोपाडी आढळणारच नाही. अनेक ठिकाणी वटवृक्षाच्या सावलीतच ग्रामसभा घेतल्या जातात. गावातल्या वयस्क,

जाणत्या मंडळींचा सल्लाही याच झाडाखालच्या प्रशस्त पारावर घेतला जातो. शहरांमध्ये मात्र अलीकडच्या दोन-तीन दशकांमध्ये वटवृक्षांची संख्या रोडावत चालली आहे. हा विशाल अनेक पक्षी, कीटकांना आश्रय देतो. त्यामुळे एकाप्रकारे तो जैववैविध्यही जोपासतो.

शास्त्रीय ओळख

वटवृक्षाचे वनस्पतीशास्त्रीय नाव आहे *Ficus benghalensis* हा अतिशय भव्य आणि सदाहरित वृक्ष आहे. अंदाजे २५ मीटर उंचीपर्यंत तो वाढतो. समुद्रसपाटीपासून १२०० मीटर उंचीपर्यंत त्याचे अस्तित्व आढळते. पारंब्या हे वटवृक्षाचे सर्वाधिक महत्त्वाचे वैशिष्ट्य. जमिनीपर्यंत वाढणाऱ्या पारंब्यांचे स्तंभ तयार होऊन वटवृक्षाचा विस्तार वाढत जातो. सतत वाढत राहणारे हे नवे बुंधे फांद्यांद्वारा परस्परांशी जोडलेले राहतात. ही यंत्रणा जवळजवळ ६०० मीटर परिघाच्या पर्णसंभाराला आधार देऊ शकते. पारंब्या रुजून विस्तार सतत वाढत राहण्याच्या या गुणधर्मामुळे वटवृक्ष शेकडो वर्षे टिकून राहतो. म्हणूनच तो लोकमनात अमरत्वाचे प्रतीक होऊन राहिला आहे. वटवृक्षाची विशालता आणि असंख्य लहानमोठ्या सजीवांना आश्रय देण्याची त्याची क्षमता लक्षात घेऊनच या वृक्षाला राष्ट्रीय वृक्षाचा मान दिला गेला आहे.

वड हा उंबर कुळातला वृक्ष आहे. त्याची फळेही उंबरासारखीच असतात. पिकल्यावर लाल होणारी ही फळे खाण्याजोगी मात्र नाहीत. अर्थात माणूस खात नसला तरी वटवाघळे, पक्षी, वानरे ही फळे आवडीने खातात. झाडाची गडद हिरव्या रंगाची पाने आकाराने मोठी, आणि कातड्यासारखी असतात. गुरांना खाद्य म्हणून त्यांचा चांगला उपयोग होतो. पानांमधून निघणारा पांढरा चीक औषधी असतो. या चिकापासून तयार केले जाणारे रबरही बागकामात वापरतात.

हा दुष्काळात बऱ्यापैकी तग धरून राहणारा वृक्ष आहे. पण गारपिटीमुळे मात्र तो उद्ध्वस्त होऊ शकतो. गायी गुरांच्या चराईमुळे लहान अवस्थेतल्या झाडाचे नुकसान होऊ शकते.

उपयोग

वडाच्या पारंब्यांपासून तंबूचे खांब, बैलगाड्यांचे जोत आणि कोवळ्या पारंब्यांपासून दोऱ्याही बनवल्या जातात. खोडाच्या जाड सालीपासून तंतू तयार केले जातात. यज्ञविधीत वापरल्या जाणाऱ्या नऊ वृक्षांच्या काटक्यांपैकी

एक काटक्या वटवृक्षाच्या असतात. पानांपासून पत्रावळी तयार करतात. मिथिला शैलीतील चित्रे काढण्यासाठी वापरल्या जाणाऱ्या रंगांचा टिकाऊपणा वाढवण्यासाठी वडाच्या पानांचा पांढरा चीक वापरतात.

औषधी गुणधर्म

विविध आजारांवरच्या पारंपरिक उपचारांमध्ये वेगवेगळ्या भागांपासून तयार होणारी औषधे वापरतात. झाडाची साल आणि पानांच्या कळ्या रक्तस्राव थांबवण्यासाठी उपयुक्त असतात. जुलाब थांबवण्यासाठीही या कळ्या आणि चीक यांचा उपयोग होतो. रक्ती मूळव्याध, स्नायूदुखी, सांधेदुखी, सूज, व्रण यांसारख्या तक्रारींवर पांढरा चीक दुधात मिसळून देतात. वडाचे फळ त्वचेचा दाह शमवणारे आहे. सूज आणि वेदना कमी करण्यासाठीही या फळांचा उपयोग होतो. स्त्रियांचे वंध्यत्व दूर करण्यासाठी वडाची कोवळी मुळे वापरली जातात. वडाच्या कोवळ्या पारंबीने दात घासल्यास दातदुखी थांबते आणि हिरड्यांचे आजार बरे होतात. वटवृक्ष हवा शुद्ध करण्याचे काम करतो आणि सूक्ष्मजीवरोधक ही त्याची भूमिकाही प्रभावी आहे.

वटवृक्षाच्या विविध भागांचे उपयोग आणि लाभ लक्षात आल्यामुळेच त्याला कल्पवृक्ष म्हटले जाते.

दीर्घायुषी वृक्ष

वड हा कित्येक शतके जगणारा वृक्ष आहे. निसर्गाशी एकरूप असे आयुष्य जगणाऱ्या प्राचीन लोकसमूहांना वटवृक्षाचा प्रचंड विस्तार आणि त्याचे दीर्घायुष्य जाणवल्यामुळेच त्याची पूजा करावीशी वाटली असणार, आणि त्याच्याकडे दीर्घायुष्याचे, वंशविस्ताराचे दान मागावेसे वाटले असणार, यात शंका नाही.

यामुळेच वटवृक्षाची लागवड करण्याची प्रथा देशाच्या कानाकोपऱ्यात प्राचीन काळापासून लोकप्रिय झाली आहे. आंध्र प्रदेशातल्या अनंतपूर जिल्ह्यातल्या वटवृक्षाची नोंद जगातला सर्वात मोठा वड म्हणून १९८९ मध्ये गिनिज बुकात झाली होती. या झाडाचा विस्तार १० हजार चौरसमीटर तर त्याचा पर्णमुकुट १९ हजार चौरसमीटर आहे. थिम्मम्मा या स्त्रीने नवऱ्याच्या चितेवर उडी मारून स्वत:चे आयुष्य संपवले. ती ज्या ठिकाणी सती गेली तिथे या वटवृक्षाचा अंकुर आपोआप फुटला, अशी कथा आहे. थिम्मम्मामुळेच या झाडाला 'थिम्मम्मा मर्रीमनू' हे नाव मिळाले.

आंध्र प्रदेशातल्याच मेहबूबनगर जिल्ह्यात पिल्लमर्री येथे ८०० वर्षांचा जुना वटवृक्ष आहे. हा वृक्ष १२ हजार चौरसमीटरवर पसरला आहे. त्याच्या अवतीभोवती अनेक वटवृक्ष वाढत आहेत. म्हणून याला लेकुरवाळा वटवृक्ष (पिल्लल मर्री) म्हटले जाते. चेन्नईतील थिऑसॉफिकल सोसायटीच्या आवारातला, ५००० चौरसमीटरवर विस्तारलेला वटवृक्षही जगभरात प्रसिद्ध आहे. हा ४५० वर्षांचा वृक्ष आहे. कोलकत्याच्या 'ग्रेट बन्यान ट्री'चा उल्लेख प्राचीन विदेशी प्रवाशांच्या प्रवासवर्णनातही आहे. हा २५० वर्षे वयाचा वृक्ष १४ हजार ५०० चौरसमीटर क्षेत्र व्यापून राहिला आहे. त्याला अंदाजे ३,३०० पारंब्या आहेत. बंगलोरजवळ रामनगरमध्ये ४०० वर्षांच्या वडाच्या झाडाने ३२ एकरांचा परिसर व्यापला आहे.

विदेशी प्रवाशांच्या वटवृक्षाविषयीच्या नोंदींमुळे जॉन मिल्टन हा इंग्रजी कवी प्रभावित झाला आणि त्याने वडाचे कल्पनाचित्र रेखाटणारी एक कविताही लिहिली. भारतीय साहित्यात वटवृक्षाचा वारंवार उल्लेख असला तरी त्याला खूप गौरवाचे स्थान मिळालेले नाही. हेमचंद्राच्या त्रि-षष्ठी-शलाका-पुरुष-चरितात (१.५.५५९) वडाच्या पारंब्यांचा 'जटा' म्हणून उल्लेख आहे.

पौराणिक आणि धार्मिक-सांस्कृतिक महत्त्व

भारतासह संपूर्ण दक्षिण आशियात वड हा पवित्र वृक्ष मानला गेला आहे. चिरंतनतेचे प्रतीक असणारा वड भारतीय मिथककथांमध्ये वारंवार अवतरला आहे. 'बहुपाद' (अनेक पायांचा) किंवा 'न्याग्रोध' (खालच्या दिशेने वाढणारा) असा त्याचा उल्लेख संस्कृत ग्रंथांमध्ये आढळतो. ऋग्वेद, अथर्ववेद, ऐतरीय ब्राह्मण, छांदोग्य उपनिषद अशा अनेक ग्रंथांमध्ये वटवृक्षाचे वर्णन आहे.

वडाची भव्यता, त्याचा हिरवागार पर्णसंभार, त्याची थंड, गडद सावली, ऋषी-मुनींच्या जटांसाठी वापरला जाणारा वडाच्या पानांचा चीक यांचा उल्लेख रामायणात आहे. गंगा-यमुना आणि सरस्वतीच्या प्रयाग येथील संगमावरच्या 'अक्षयवटा'चा उल्लेख उत्तररामचरितात आहे. या अक्षयवटाची नोंद पाचव्या-सहाव्या शतकामध्ये भारतात आलेल्या ह्युएन त्संग या चिनी प्रवाशाच्या प्रवासवर्णनातही आहे. हा अक्षयवट आजही त्याच ठिकाणी उभा आहे.

महाभारतातल्या कथेनुसार एका मायलेकीने दोन वटवृक्षांना मिठी मारली आणि विश्वामित्र आणि जमदग्नी ऋषींच्या त्या माता बनल्या. सत्यवान-

सावित्रीची कथा महाभारताच्याच अरण्यकांडात आहे. यमाशी युक्तिवाद करून आपल्या पतीचे प्राण परत मिळवणाऱ्या सावित्रीची आठवण जागवण्यासाठी आणि पतीला दीर्घायुष्य मिळावे यासाठी ज्येष्ठी पौर्णिमेला वडाची पूजा करण्याची प्रथा उत्तर प्रदेश, बिहार, गुजरात आणि महाराष्ट्र या ठिकाणी शतकानुशतके चालू आहे. सत्यवान-सावित्रीच्या कथेतले मिथक उलगडताना सावित्री ही त्या काळातली उत्तम वैद्यकतज्ज्ञ असणार आणि तिने आपल्या ज्ञानाचा-कौशल्याचा उपयोग करून पतीला जीवदान दिले, असे काही अभ्यासक सांगतात. यात तथ्य असले तरी या प्रसंगी असणारी वडाच्या झाडाची उपस्थिती हा योगायोग नव्हे. वटवृक्षाप्रमाणे आपला वंशविस्तार पृथ्वीच्या पाठीवर वाढत जावा आणि त्याच्याप्रमाणे आपल्याला दीर्घायुष्य लाभावे, ही आदिम जाणीव आणि निसर्ग आणि माणूस यांच्यातला अभेद या कथेतून अधोरेखित झाला आहे.

हिंदू परंपरेने शिव आणि विष्णू या दोघांशीही वटवृक्षाचे नाते जोडले आहे. वडाच्या झाडाखाली ध्यानस्थ बसलेला शिव आणि त्याच्या भोवती जमलेले साधुसंत भारतीय कलांनी चित्रांकित केले आहेत. वडाच्या पारंब्या म्हणजेच शिवाच्या जटा असल्याची हिंदू भाविकांची श्रद्धा आहे. श्री विष्णूंशी वडाचे नाते जोडण्याचा प्रयत्न भारतीय वैष्णव परंपरेने केला आहे. महाप्रलयानंतर, पाण्याच्या पृष्ठभागावर तरंगणाऱ्या वटपत्रावर पहुडलेला लहानगा म्हणजे श्रीविष्णूच असल्याचे मार्कंडेय ऋषींना कळते, हे विशद करणारी कथा महाभारतात (३.१८८-८९) आहे. श्रीमद्भागवतामध्ये कृष्णाने दैवी मुलाच्या रूपात महाप्रलयाच्या वेळी सृष्टीची पुनर्निर्मिती केली; हे दैवी बाळ वटपत्रावरच पहुडले होते, असे म्हटले आहे. इतर काही मिथक कथा बाळकृष्ण पिंपळपानावर पहुडला असल्याचे सांगतात.

ज्याप्रमाणे विशाल वटवृक्ष एका लहानशा बीजात सामावलेला असतो, त्याप्रमाणे महाप्रलयाच्या वेळी संपूर्ण विश्व वडाच्या झाडात त्याचे बीज म्हणून सामावले होते, असे विष्णुपुराणात (I, XII) म्हटले आहे. ज्याप्रमाणे बीजापासून अंकुरणाऱ्या वटवृक्षाचा बुंधा प्रथम तयार होतो आणि मग हा वृक्ष हळूहळू विस्तारत जातो, त्याप्रमाणे निर्माण झालेली सृष्टी क्रमाक्रमाने विस्तारत गेली, असे विष्णुपुराणाने स्पष्ट केले आहे.

रात्रीच्या वेळी वटवृक्षाजवळ उभे राहून जो श्री विष्णूंची उपासना करतो, त्याच्या सर्व इच्छा या झाडाच्या कृपेने पूर्ण होतात, असे वामन पुराणाने

(२३.१-३६; २४.१-३१) सांगितले आहे. यक्षगणांचा प्रमुख यक्ष मणिभद्र याने वटवृक्षाची निर्मिती केली, असेही वामन पुराणात म्हटले आहे.

प्रयाग येथील अक्षय वडाखाली मरण आल्यास माणूस स्वर्गलोक पार करून रुद्रलोकात पोहोचतो, असे कूर्म पुराणाने (ख.३७.८-९) सांगितले आहे.

पुराणांमध्ये श्रीकृष्णाशी निगडित दिव्यकथांचा भाग म्हणून वटवृक्षाच्या पूजेचे उल्लेख येतात. कृष्णासमवेत गोपींची रासक्रीडा वडाच्या झाडांच्या बनात चालायची. कृष्ण नसला तर प्रत्यक्ष वटवृक्षालाच कृष्ण मानून त्या झाडाला आदराने-प्रेमाने मिठी मारायच्या. लघुचित्रांमध्येही (मिनिएचर पेंटिंगजमध्येही) यमुनेच्या तीरावरच्या दृश्यांमध्ये वडाला प्रदक्षिणा घालणाऱ्या गोपी अनेकदा दिसतात. यमुनेतून घटात पाणी भरून ते वडाला घालणाऱ्या आणि त्याची आरती करणाऱ्या स्त्रिया या चित्रशैलीत आढळतात. वड हा इथे प्रत्यक्ष कृष्णाचेच प्रतीक आहे. कौरव-पांडवांचे महायुद्ध सुरू होण्याच्या आदल्या दिवशी 'मी स्वतःच वटवृक्ष आहे', असे श्रीकृष्णाने म्हटल्याचे श्रीमद् भागवत सांगते.

ओरिसातील पुरी येथील जगन्नाथ मंदिराच्या प्रांगणात एक कल्पवट आहे. महाप्रलयाच्या वेळी मार्कंडेय ऋषींना बालरूपातले श्री विष्णू ज्या वडाच्या पानावर पहुडलेले दिसले, त्या झाडाशी या कल्पवटाची सांगड लोकपरंपरेने घातली आहे. त्यामुळे जो कुणी कल्पवटाची पूजा करतो, तो आपण जगन्नाथाचीच पूजा करत असल्याची श्रद्धा बाळगतो. जगन्नाथ मंदिरातील हा कल्पवट अनादी काळापासून याच ठिकाणी आहे. वर्षानुवर्षे, शतकानुशतके भाविक त्याची पूजा करत आले आहेत. हा वृक्ष अक्षय वट, बन्सीवट म्हणूनही ओळखला जातो. या वृक्षाजवळ स्थापन केलेल्या जगन्नाथाच्या मूर्तीलाही वट-जगन्नाथ असे नाव आहे. याच ठिकाणी असलेल्या गणेश, मंगला, मार्कंडेय, श्रीकृष्ण या देवतांनाही या वटवृक्षावरून वटकृष्ण, वटगणेश, वटमंगला आणि वटमार्कंडेय अशी नावे आहेत.

पंधराव्या शतकातले संत कबीर यांच्या आयुष्याशीही वडाचे नाते आहे. कबीरांनी चघळून टाकलेल्या काडीपासून महान वटवृक्ष निर्माण झाला, असे सांगतात. सर्व धर्मांचे लोक या वडाच्या थंड सावलीत ध्यानधारणा करतात, विश्रांती घेतात. म्हणूनच सहिष्णुता आणि सर्वसमावेशकता यांसारख्या मूल्यांची जोपासना करणारा वटवृक्ष भारताचा राष्ट्रीय वृक्ष असणे साहजिकच आहे.

मध्य भारतातले मांडला कोल हे आदिवासी लोकसमूह अनेक गटांमध्ये

विखुरलेले आहेत. त्यांच्यापैकी बरगईयन या समूहाला बरगाव या गावावरून नाव मिळाले असले तरी ते आपल्या समूहाचे नाते वटाशी ('बर') असल्याचे सांगतात आणि त्याची पूजा करतात. त्यांच्या लग्नांमध्ये विवाहाच्या मांडवावर वडाची फांदी ठेवतात आणि वडाच्या काटक्यांपासून पेटवलेल्या चुलीवर अन्न शिजवतात. वडाच्या पानांच्या पत्रावळीवरच सगळे नातेवाईक जेवतात.

सातारा जिल्ह्यात वास्तव्याला असलेले एक शेलार कुटुंब देवक म्हणून वटवृक्षाचाच उपयोग करते. ओरिसामधल्या काही आदिवासी जमातींमध्ये वडाचे झाड कापण्याला संपूर्ण बंदी आहे. सुगीच्या दिवसात या झाडाला खास नैवेद्य दाखवला जातो.

तमिळनाडूमधल्या वेल्लोर जिल्ह्यात अराकोणमजवळ तिरूवालंगडू (पवित्र वटवृक्षांचे अरण्य) नावाचे गाव आहे. एके काळी या गावात वटवृक्षांची राई होती; म्हणून गावाला हे नाव मिळाले. एका दंतकथेनुसार याच ठिकाणी वटवृक्षांच्या राईत शिवलिंग सापडले आणि त्याची पूजा सुरू झाली. वड हा या तीर्थस्थानाचा स्थळवृक्ष आहे. यक्ष-किन्नर यांसारख्या गौण देवतांचा वटवृक्षावर वास असतो, असे म्हणतात. काही वाईट शक्तींचाही निवास वडावर असतो, अशी समजूत असल्याने रात्री या झाडाखाली झोपत नाहीत.

वडोदरा (वट-उदर) आणि अलन-थुरई, अलनगुडी या स्थानांनाही वटवृक्षामुळेच ही नावे मिळाली आहेत. अगदी अलीकडे पाँडिचेरी येथी ऑरोविले वसवताना मध्यभागी वटवृक्ष लावण्यात आला आहे.

भारतभरात सगळीकडेच बहुतेक प्रत्येक धार्मिक समारंभात वडाला महत्त्वाचे स्थान असते. हा कल्पवृक्ष असल्याची श्रद्धा असल्यामुळे वडाला दोरा बांधून आपल्या मनातल्या इच्छा पूर्ण व्हाव्यात, अशी प्रार्थना करतात.

अनेक मुस्लिम पीरही वडाच्या झाडाखालीच राहिले असल्याची नोंद आहे. त्यामुळे वटवृक्षाला पवित्र मानण्याची परंपरा इस्लामधर्मीयांनीही स्वीकारली आहे. तेही आपल्या मनातल्या इच्छांच्या पूर्ततेसाठी वडाला आणि मुस्लिम संतांच्या कबरीला धागे बांधतात.

भगवान बुद्धांनी पिंपळवृक्षाखाली सात दिवस ध्यानधारणा केली आणि नंतरचे सात दिवस वटवृक्षाखाली ते ध्यानाला बसले आणि या काळात त्यांना साक्षात्कारी आनंदाची प्राप्ती झाली, असे म्हणतात. कश्यपमुनींना याच झाडाखाली ज्ञानप्राप्ती झाली, अशी श्रद्धा आहे. पहिले जैन तीर्थंकर, आदिनाथ

वडाला 'Banyan' हे नाव दिले, ते भारतात आलेल्या ब्रिटिशांनी. वडाच्या झाडाखाली बसून काही व्यापाऱ्यांच्या (बनियांच्या) व्यावसायिक चर्चा चालत. हे पाहिल्यावर ब्रिटिशांनी 'बनियांचा वृक्ष' अशी वटवृक्षाची नवी ओळख निर्माण केली आणि वडाचे इसूरप हे नाव रूढ झाले.

अथवा ऋषभनाथ यांनाही याच झाडाखाली दिव्यज्ञान मिळाले. त्यामुळे वटवृक्ष जैन धर्मातही पवित्र मानला गेला आहे.

देशातल्या सर्वधर्मीयांनी वडाला दिलेले आदराचे स्थान पाहिले तर 'विविधतेत एकता' या भारतीय संस्कृतीच्या वैशिष्ट्याचे वटवृक्ष हे जिवंत उदाहरण आहे, असे म्हणता येईल. वडाच्या झाडाचे हे सांस्कृतिक, धार्मिक आणि पर्यावरणीय महत्त्व लक्षात घेऊन त्याच्या संरक्षण-संवर्धनासाठी सर्व पातळ्यांवर प्रयत्न होण्याची आवश्यता आहे.

◆

राष्ट्रीय फल : आंबा

राष्ट्रीय फळ - आंबा

स्वातंत्र्योत्तर काळात आंबा या फळाला राष्ट्रीय फळाचा दर्जा मिळाला असला तरी फार प्राचीन काळापासून आंबा हे भारतातील अत्यंत लोकप्रिय फळ आहे. 'फळांचा राजा' ही पदवी आंबा शेकडो वर्षांपासून मिरवतो आहे. भारतात आणि एकूणच उष्णकटिबंधीय प्रदेशात अनेकानेक प्रकारची फळे पिकत असली तरी पिकलेल्या, रसाळ आंब्यांची चव इतर सर्व फळांवर मात करणारी आहे.

शास्त्रीय ओळख

आंब्याचे वनस्पतीशास्त्रीय नाव आहे Magnifera Indica. हे भारतातले एतद्देशीय फळ आहे. त्याच्या अक्षरश: शेकडो प्रजातींची भारताच्या विविध भागात लागवड होते. साधारणत: १२ ते २० मीटर उंचीपर्यंत वाढणारे हे झाड पानगळीच्या जंगलांमध्ये हमखास आढळते. आंब्याच्या झाडाच्या फांद्या बुंध्यापासून बाजूला विस्तारत जाणाऱ्या असतात. पर्णमुकुट गोलाकार किंवा शंकूच्या आकाराचा असतो.

आंब्याचे हिरवट-पिवळ्या रंगाचे फूल 'मंजरी' म्हणून ओळखले जाते. प्रेमीजनांच्या हृदयात कामवासना जागृत करणारे फूल म्हणून संस्कृत साहित्यात या फुलाचे वारंवार उल्लेख आढळतात. कारण या फुलांना विशिष्ट उग्र-मधुर गंध असतो. जानेवारी ते मार्च या काळात झाडावर हजारो फुले फुलत असली तरी काही फुलांचेच रूपांतर फळांमध्ये होते. आंब्याची पाने तोरण म्हणून सणा-उत्सवांच्या वेळी

घराच्या दारांवर, विवाहमंडपांवर लावतात. यामागे सुशोभीकरणाचा हेतू तर आहेच; पण भारतीय परंपरेत 'आम्रपाली' म्हणजेच आंब्याची पाने हे शुभचिन्ह मानले गेले आहे. अर्थात हे शुभचिन्ह दारावर लावण्यामागे विज्ञान आहे. ही पाने सूक्ष्मजीवनाशक आहेत. घरात किंवा शुभकार्याच्या ठिकाणी कुठल्याही संसर्गाने प्रवेश करू नये, असा आंब्याच्या पानांचे तोरण लावण्यामागचा मूळ उद्देश आहे. भारतातल्या प्राचीन लोकसमूहांना याबाबतचे ज्ञान असल्यामुळेच ही प्रथा सुरू झाली असणार. मात्र, एल. जी. निकेल या वैज्ञानिकाने आंब्याच्या पानांमध्ये असणारा सूक्ष्मजीवविरोधी गुण १९५९ मध्ये प्रथम जगासमोर मांडला. आंब्याची पाने गुळगुळीत असल्यामुळे ती हवेतील धूळ जमा करण्याचेही काम करतात. एन. पी. नायर, के. राममूर्ती आणि व्ही. एस. अग्रवाल या अभ्यासकांच्या मते, आंब्याच्या झाडाचा गोलाकार पर्णमुकुट प्रदूषक वायू गाळण्याचेही काम करतो आणि प्रदूषणकारी कणांचा साठाही करतो. दुष्काळी परिस्थितीत आंब्याची पाने गुरांना खाऊ घालतात.

आंब्याच्या झाडाचे लाकूड काडेपेट्या, प्लायवूड, खोकी, फर्निचर अशा वस्तू तयार करण्यासाठी उपयुक्त आहे. बुंध्याचे ढलपे आरसीसी बांधकामात सेंटरिंगसाठी वापरतात. आंबा हे फळ नुसतेच चविष्ट नाही, ते अ, क आणि ड जीवनसत्त्वांनी युक्त असल्यामुळे अतिशय आरोग्यदायीही आहे. आंब्यापसून बनवल्या जाणाऱ्या असंख्य पारंपरिक पाककृती भारताच्या विविध प्रांतात लोकप्रिय आहेत. कैरी म्हणजे कच्चा आंबाही चटण्या, लोणची, पन्हे, आमचूर अशा विविध उत्पादनांमध्ये वापरला जातो.

दरवर्षी साधारणत: मार्च ते मे या विशिष्ट कालावधीतच आंबा उपलब्ध होत असल्यामुळे वर्षभर त्याची अगदी आतुरतेने वाट पाहिली जाते. अर्थात स्थानिक हवामान आणि जमिनीच्या प्रकारानुसार फळधारणेत बदल होतो. वर्षातून दोनदा फळ देणाऱ्या काही प्रजाती आहेत. पण त्या दुर्मीळच. या तीनेक महिन्यात ठिकठिकाणी आंबा महोत्सव भरतो. दिल्लीमध्ये तर दरवर्षी दोन दिवस आंतरराष्ट्रीय आंबा महोत्सव साजरा होतो. उत्पादक, व्यापारी आणि ग्राहक या सर्वांसाठीच ही मोठी पर्वणी असते.

औषधी उपयोग

आंब्याची पाने आणि खोडाची साल यांपासून मॅग्निफेरीन हे अँटिऑक्सिडंट

मिळवले जाते. त्यात मधुमेह रोखणारा गुणधर्म आहे. शिवाय ही पाने बुरशीनाशक, सूक्ष्मजीवनाशक आणि विषाणुनाशकही आहेत. त्यात कर्करोगविरोधी, ॲलर्जीविरोधी गुणधर्मही आहेत. आयुर्वेदिक उपचार पद्धतीत आंब्याच्या कोवळ्या पानांची वाळवलेली पूड अतिसारावर आणि रक्तातल्या साखरेच्या तक्रारींवर वापरतात. यकृतासाठी आंबा हे उत्तम टॉनिक मानले जाते.

विंचू-सापाच्या विषारी दंशावर आंब्याच्या पानांची पूड उपयुक्त असते. खोडाच्या सालीचा आणि पानांचा काढा रक्तस्राव थांबवतो आणि शरीरात नवीन उती निर्माण करतो. हा काढा माऊथवॉश म्हणूनही प्रभावी आहे. सुजलेल्या हिरड्या आणि घसा, दातदुखी यांवर हा काढा गुणकारी आहे. मासिक पाळीच्या वेळी होणारा अतिरिक्त रक्तस्राव तसेच रक्ती मूळव्याध, जुलाब हे विकारही आंब्याच्या सालीमुळे आटोक्यात येतात. अतिसाराच्या वेळी आतड्यातून पडणारे रक्त, फुफ्फुसे आणि गर्भाशयातून होणारा रक्तस्राव थांबवण्यासाठीही आंब्याची साल उपयुक्त ठरते. उत्तर भारतात उष्माघाताचा त्रास होऊ नये म्हणून कैरी भाजून केलेले पन्हे प्यायले जाते.

उकडलेल्या कैरीचा गर अंघोळीपूर्वी अंगाला लावल्यास पुरळ, घामोळे यांसारखे उष्णतेमुळे होणारे त्वचाविकार होत नाहीत. आंब्याची वाळलेली कोय भाजून उगाळून दिल्यास पोटदुखी कमी होते. आंब्याच्या झाडाच्या जवळपास प्रत्येक भागाचे असे अनेक औषधी गुणधर्म आहेत. मात्र आधुनिक काळात या पारंपरिक उपचारांबाबतचे ज्ञान वेगाने नष्ट होत चालले आहे.

ऐतिहासिक आणि सांस्कृतिक महत्त्व

आंबा हे बहुधा भारतातले सर्वाधिक लाडके फळ आहे. या झाडाला 'कल्पवृक्ष' म्हटले जाते. भारतीय परंपरेत हा वृक्ष हे समृद्धी, प्रेम, निष्ठा आणि सुफलनाचे प्रतीक आहे. म्हणूनच प्रसाद देण्यासाठी अथवा ओटी भरण्यासाठी आंब्याच्या फळाचा उपयोग करतात.

हिंदू परंपरेत आम्रवृक्ष हा खुद्द ब्रह्मदेवाचे- सृष्टीच्या निर्मात्याचे- प्रतीक असल्याची समजूत आहे. कुठलेही धार्मिक कार्य किंवा उत्सव आंब्याच्या पानांच्या उपस्थितीखेरीज पूर्ण होत नाही. यज्ञ समारंभांमध्ये अग्नीवर तूप ओतण्यासाठीही आंब्याच्या पानाचा उपयोग चमच्यासारखा केला जातो.

आम्रवृक्षाचा उगम थेट पुराणकथांमध्ये आढळतो. सूर्याच्या लेकीचा पाठलाग

एकदा एका चेटकिणीने सुरू केला, तेव्हा त्या मुलीने घाबरून तळ्यात उडी मारली आणि तिचे कमळात रूपांतर झाले. एका राजाने हे कमळ पाहिले आणि त्याला ते स्वत:जवळ असावे असे वाटले. पण त्याने ते फूल तोडण्यापूर्वीच चेटकिणीने ते जाळून टाकले. या फुलाच्या राखेतून आम्रवृक्ष निर्माण झाला, असे ही कथा सांगते.

हिंदू धर्मात आंबा हा पवित्र वृक्ष मानला गेला आहे, कारण या वृक्षाचे देवी पार्वतीशी नाते आहे. शिव हा पती मिळावा, यासाठी पार्वतीने कडक तपश्चर्या केली. डोक्यावर तळपणारा सूर्य, चार बाजूंनी पेटलेला अग्नी, अशा परिस्थितीत आंब्याच्या झाडाखाली एका पायावर उभी राहून पार्वतीने तप केले, अशी समजूत आहे. कांचीपुरम् इथल्या एकाम्रेश्वर मंदिरात आम्रवृक्ष हे धार्मिक प्रतीक मानून त्याची पूजा केली जाते. गणेशाच्या हातातही अनेकदा आंब्याचे फळ दिसते. सुख-समृद्धी आणि शुभाचे प्रतीक म्हणून आम्रफलाकडे पाहिले जाते, हे यावरून स्पष्ट होते.

रामायणाने वनवृक्ष म्हणून आम्रवृक्षाचे वर्णन केले आहे. वसंत ऋतूत आम्रवृक्षावर अतिशय आकर्षक फुले उमलतात आणि पंपा सरोवराभोवती आंब्याची अनेक झाडे आहेत, असा उल्लेख (३.७.३.३४.१८०) रामायणात आहे. पदार्थांचा स्वाद वाढवण्यासाठी आंब्याची सुगंधी फुले त्यांत घातली जातात (५.१०.२५) असेही रामायणात म्हटले आहे. रामाच्या महालाभोवतीच्या उद्यानात आम्रवृक्ष असल्याचा उल्लेखही वाल्मिकी रामायणात आहे (७.४२.२). महाभारतातही आंब्याच्या झाडाचा उल्लेख आढळतो. मोहराने डवरलेल्या आम्रवृक्षावर भुंगे घोंगावताहेत, असे तीर्थयात्रा पर्वात म्हटले आहे.

श्रीमद्भागवत आणि वायुपुराणांनीही आम्रवृक्षाचा, त्याच्या रसाळ, मधुर फळांचा गौरवपूर्ण उल्लेख केला आहे. अग्निपुराणानुसार (२४७, ३०-३१) मासे धुतलेले पाणी आंब्याच्या झाडाला घालावे. बंगालच्या काही प्रांतातले आंबा उत्पादक आजही ही प्रथा पाळताना दिसतात.

कालिदासाच्या 'अभिज्ञान शाकुंतल' या प्रख्यात नाटकात आम्रवृक्षाचा काव्यात्म उल्लेख आहे. दुष्यंत आणि शकुंतला यांच्या प्रेमाबाबत कळल्यानंतर दुष्यंताकडे निर्देश करत 'मी माझ्या कन्येसाठी अशाच देखण्या आम्रवृक्षाच्या शोधात होतो आणि आता माझी माधवीलता या आम्रवृक्षाकडे सोपवीन', असे कण्वमुनी म्हणाल्याचे शाकुंतलाने सांगितले आहे. नवमल्लिकेच्या फुलांचा विवाह

आम्रवृक्षाशी झाल्याचा उल्लेखही कालिदासाने केला आहे.

आम्रवृक्ष केवळ हिंदूंसाठीच नव्हे, तर बौद्ध आणि जैन धर्मीयांसाठीही पवित्र आहे. साल आणि आम्रवृक्षांनी बहरलेल्या लुंबिनी उद्यानात भगवान बुद्धांचा जन्म झाला. त्यामुळे बौद्ध धर्मात आम्रवृक्षाला विशेष स्थान आहे. एका अनुयायाने बुद्धांना आमराई भेट दिली होती; तिथे बुद्ध विश्रांती घेत असत. 'जिवक-अंब-वन' असा आंब्याच्या झाडाचा उल्लेख अनेक बौद्ध ग्रंथांमध्ये आढळतो. बौद्ध आणि जैन शिल्पांमध्ये पुष्कळदा स्त्री आणि वृक्ष प्रतिमा दिसतात. त्यात आम्रवृक्षाखाली उभी असलेली स्त्री किंवा युगुल आढळते. सांची, भारहूत आणि नंतरच्या कुशाण कालखंडातल्या शिल्पकलेतही वृक्षका किंवा शालभंजिकांचे दर्शन आंब्याची फांदी हातात धरलेल्या स्वरूपात होते. याद्वारे स्त्री आणि आम्रफल यांच्यातला समान रसाळपणा, पाहणाऱ्याची नजर खिळवून धरणारी आकर्षकता सूचित होते.

सांची स्तूपावरच्या उठावचित्रांमध्येही आम्रवृक्ष वारंवार आढळतो. हा वृक्ष आणि त्याचे फळ विविध प्रकारे सांची आणि भारहूत या ठिकाणच्या स्तूपांवर दिसते. अतिशय सुंदर, अलंकृत अशा नग्न वृक्षका एका हाताने आंब्याची फांदी धरून त्याला फळायला लावताना सांचीच्या प्रवेशद्वारांवर कोरलेल्या आढळतात.

भगवान बुद्धांनी आपल्या पूर्वजन्माची कथा आपल्या काही अनुयायांना सांगितली होती. त्या वेळी त्यांचा जन्म वानररूपात झाला होता. आपल्या कळपासह हा कपी आम्रवृक्षावर राहत होता. आंब्याचे एकही फळ जमिनीवर पडू नये यासाठी सगळी वानरे कायम दक्ष असत. कारण एकदा का माणसाला हे फळ सापडले की तो ते चाखणार आणि त्याला हाव सुटणार, याची त्यांना कल्पना होती. पण एकदा एक पिकलेला आंबा नदीत पडला आणि वाहत वाराणसीपर्यंत गेला. तिथे नदीत अंघोळ करणाऱ्या राजाला ते फळ सापडले. ते खाल्ल्यावर तो इतका वेडावून गेला की त्याने आपल्या सैनिकांना त्याच्या शोधात पाठवले. शेवटी हा आम्रवृक्ष त्यांना सापडला. मग राजाने झाडावरच्या सगळ्या वानरांना मारून टाकण्याचा आदेश दिला. हे कळताच महाकपीने आपल्या शरीराचा पूल करून टोळीतल्या सगळ्या वानरांना नदीपलीकडच्या बांबूच्या वनात सुरक्षित पोहोचवले; पण त्याला स्वतःचा प्राण मात्र गमवावा लागला. यामुळे बौद्ध भाविकांच्या मनात आम्रवृक्षाविषयी अतिशय आदराचे स्थान आहे.

नेमीनाथ या जैन तीर्थंकरांनाही आम्रवृक्षाखालीच ज्ञानप्राप्ती झाली. म्हणून जैन धर्मात आम्रवृक्ष पवित्र मानला जातो. तारा, अम्रा किंवा कुशमंडिनी म्हणून ओळखली जाणारी जैन यक्षीण आम्रवृक्षाशी निगडित आहे. अंबिका ही आणखी एक जैन यक्षीणही लहान मुलासमवेत आंब्याच्या झाडाखाली बसलेली दाखवतात. आंब्याचे झाड हे सुफलनाचे प्रतीक मानले गेले असल्याने अपत्यप्राप्तीचे निर्देशन अशा प्रतिमांमधून होते.

भारताच्या धार्मिक, सामाजिक आणि सांस्कृतिक जीवनातले आम्रवृक्षाचे हे स्थान केवळ प्राचीन काळापुरते मर्यादित नाही. आजही आंब्याचे झाड हा भारतीय माणसाच्या दैनंदिन जगण्याचा अविभाज्य भाग आहे. प्रसाद म्हणून आंबा देण्याखेरीज कुमारिका आणि विवाहितांची ओटी भरतानाही हे फळ सुफलनाचे प्रतीक म्हणून आवश्यक मानले गेले आहे. आंब्याच्या वाळलेल्या छोट्या डहाळ्या होमासाठी वापरतात. पानांचे देठ दात घासण्यासाठी वापरतात; पण रविवारी आणि मंगळवारी मात्र हा उपयोग केला जात नाही.

उपनयन विधीमध्ये बटूने बसण्याचे पीठ आंब्याच्या लाकडापासून बनवतात. पहिली बाराखडी गिरवण्यासाठी वापरली जाणारी पाटीही आंब्याच्या लाकडापासून बनवतात. लग्नाच्या वेळीही आंब्याच्या लाकडापासून बनवलेल्या चौरंगावर वर बसतो. मृत्यूनंतर दहनविधीसाठी पवित्र मानले जाणारे आंब्याचे लाकूडच वापरतात.

आंब्याच्या झाडाची पाने रात्रीच्या वेळी तोडू नयेत, अशी समजूत आहे. आंब्याचे हिरवे झाड तोडले, तर हे कृत्य करणाऱ्यावर संकट कोसळते, असे म्हणतात. या कल्पवृक्षाच्या संवर्धनाच्या जाणिवेतूनच अशा समजुतींचा उगम झाला असणार, हे स्पष्ट आहे.

एखाद्या व्यक्तीने आमराई लावली तर त्या व्यक्तीचा विवाह जवळपास वाढणाऱ्या चिंचेच्या (किंवा अन्य एखाद्या) झाडाशी लावल्यानंतरच ही व्यक्ती आणि त्याची पत्नी या दोघांनी आपल्या आमराईतल्या आंब्याची चव घ्यावी, अशीही समजूत भारताच्या पुष्कळ भागात आजही रूढ आहे.

गोव्यातील लोकसाहित्यानुसार आंब्याचे झाड भारतात आणले ते हनुमानाने. गोव्यात साजऱ्या होणाऱ्या झगोर या हिंदू उत्सवातही आंब्याची उपस्थिती असते. हा उत्सव वसंत ऋतूच्या प्रारंभी साजरा होतो. करंबोलीम या ठिकाणी नृत्य-गायनाच्या जोडीने साजऱ्या होणाऱ्या या उत्सवातल्या गाण्यात 'आंब्या

तुझे पान आंबट' असा उल्लेख आढळतो.

गर्भवती स्त्रियांना कुठलाही संसर्ग होऊ नये म्हणून दिल्या जाणाऱ्या पंचगव्यात आंब्याची पाने समाविष्ट असतात. अनेक ग्रामीण उत्सवांमध्ये आंब्याच्या पानांच्या पत्रावळी जेवणासाठी वापरतात. बारशाच्या वेळी बाळाचा पाळणा आंब्याच्या पानांनी सजवला जातो. विवाहापूर्वी वधू गौरीहराची पूजा करते; तेव्हाही आंब्याच्या झाडाचे चित्र भिंतीवर काढले जाते.

भारतातल्या आदिवासी विश्वातही आम्रवृक्षाला महत्त्वाचे स्थान आहे. विवाहविधी पार पडण्यापूर्वी वधू-वर आंब्याच्या झाडाला प्रदक्षिणा घालतात. नवरदेव कुंकू लावून झाडाला मिठी मारतो आणि वधू मोहाच्या झाडाला कुंकू लावून मिठी मारते. ओरिया, गडाबा, कोंड, बोंडा अशा भारतातल्या विविध आदिवासी समूहांमध्ये आंबा हा पवित्र वृक्ष आहे. त्यांच्या अनेक लोककथांमध्ये आणि लोकगीतांमध्ये या झाडाविषयीचे प्रेम आणि आदर अधोरेखित झालेला दिसतो. विवाहाच्या वेळी म्हटल्या जाणाऱ्या मराठी लोकगीतांमध्येही आंब्याच्या झाडाचा उल्लेख आढळतो.

भारतातले बहुतेक आदिवासी समूह आंबा महोत्सव साजरा करतात आणि त्यानंतरच या फळाचा आस्वाद घेतात. माघ शुद्ध द्वितीयेला आंब्याची फुले चंद्राला आणि प्रणयदेवता असणाऱ्या मदनाला वाहण्याची प्रथा भारतातले अनेक लोकसमूह आजही पाळतात. हिंदू परंपरेत आम्रवृक्ष हा लक्ष्मीशी निगडित आहे. तो सुफलनाबरोबरच सुखी सहजीवनाचेही प्रतीक आहे.

कांचीपुरम् येथे सांगितल्या जाणाऱ्या कथेनुसार कामाक्षीच्या रूपातील पार्वतीने पृथ्वीलिंगाच्या रूपातील शिवाची उपासना आम्रवृक्षाखाली केली. पण एकदा शेजारून वाहणाऱ्या वेगवती नदीचा प्रवाह वाढला आणि वाळूचे शिवलिंग उद्ध्वस्त होण्याची शक्यता निर्माण झाली. तेव्हा कामाक्षीने या लिंगाला मिठी मारली. तिच्या या कृत्याने भारावून गेलेला शिव तिच्यासमोर प्रकट झाला आणि त्याने कामाक्षीशी विवाह केला. कांचीपुरम्‌मधल्या एकाम्रेश्वर मंदिराच्या स्तंभांवर आम्रवृक्षाखाली वाळूच्या शिवलिंगाची उपासना करणाऱ्या पार्वतीला शिल्पांकित केलेले आजही पाहायला मिळते.

भारताचा हा राष्ट्रवृक्ष भारतीयांसाठी तर अभिमानाचा विषय आहेच; पण फार पूर्वीपासून भारतात येणाऱ्या पर्यटकांसाठीही हा वृक्ष आकर्षणाचा विषय

> ***'मँगो' शब्दाचा उगम***
>
> *मँगो हा इंग्लिश शब्द 'मांगा' या पोर्तुगीज शब्दापासून तयार झाला आहे. पण 'मांगा' हा पोर्तुगीज शब्द मल्याळी भाषेतील 'मलय मांगा'वरून बनला आहे. तमिळ भाषेतील 'मांगाय' या शब्दापासून 'मलय मांगा'ची निर्मिती झाली आहे. थोडक्यात, 'मँगो' या इंग्लिश शब्दाचा उगम भारतीय भाषांमध्येच आहे.*

आहे. चिनी प्रवासी ह्यू एन त्संग आणि जगज्जेता अलेक्झांडर यांनी हे फळ आवडीने खाल्ल्याचे उल्लेख इतिहासात आढळतात. बाबरनाम्यातही आंब्याचा सविस्तर उल्लेख आहे. 'हे हिंदुस्थानातले वैशिष्ट्यपूर्ण फळ असून पिकलेले आंबे अतिशय स्वादिष्ट असतात... कच्च्या आंब्यांपासून लोणची आणि सरबत बनवले जाते... हे पावसाळ्याच्या प्रारंभी पिकणारे फळ आहे... ते चोखून किंवा फोडी करून खाल्ले जाते,' असे बाबरनाम्यात म्हटले आहे. पुढे अकबराने तर बिहारमधल्या दरभंगा जिल्ह्यात लाखन बाग या ठिकाणी एक लाख आम्रवृक्षांची राई उभी केली होती.

आंब्याचा स्वाद, त्याचे भारतातल्या सर्वधर्मीयांच्या मनातले आदराचे स्थान, त्याचे सांस्कृतिक आणि सामाजिक महत्त्व आणि पर्यावरणीय तसेच औषधी उपयोग या सगळ्याचा विचार करता, आंब्याला राष्ट्रीय फळाचा मान मिळावा, हे साहजिक आणि योग्यही आहे. भारतीयांसाठी अत्यंत गौरवाचा विषय असलेल्या आंब्याकडे केवळ व्यावसायिक नजरेने न बघता त्याचे मानवी आयुष्यातले सर्वस्पर्शी स्थान लक्षात घेऊन या झाडाचे, त्याच्या विविध प्रजातींचे आणि या झाडाविषयीच्या पारंपरिक ज्ञानाचे जतन होण्याची खरी आवश्यकता आहे.

◆

राष्ट्रीय प्राणी : वाघ

राष्ट्रीय प्राणी - वाघ

राष्ट्रीय प्राणी म्हणून एखाद्या पशूची निवड करताना त्या प्रजातीला अभय मिळावे, अशी भूमिका असते. भारताला स्वातंत्र्य मिळाले तेव्हा सिंह हा राष्ट्रीय प्राणी ठरवला गेला होता. एक तर सिंह हा प्राणी 'जंगलाचा राजा' मानला जातो. तो सामर्थ्याचे आणि शौर्याचे प्रतीक आहे. तो निसर्गातला सर्वोच्च सत्ताधीश आहे. म्हणूनच महापराक्रमी पुरुषाला 'नरसिंह' असे संबोधले जाते. दुसरी महत्त्वाची बाब म्हणजे सिंह हा प्राणी पुरातन काळापासून भारतीय दैवत परंपरेशी निगडित आहे. नरसिंह हा विष्णूचा चौथा अवतार म्हणजे अर्धा माणूस आणि अर्धा सिंहच आहे. हिरण्यकश्यपू या दैत्याचा वध करण्यासाठी विष्णूने हा अवतार घेतला, असे भारतीय परंपरा सांगते. विष्णूपत्नी लक्ष्मीचे वाहनही सिंहच आहे. उत्तर भारतात लक्ष्मीला 'शेरावाली' नाव आहे ते याचमुळे.

मात्र शिकार, जंगलतोड यांमुळे १९५०-६० च्या दशकात भारतीय सिंह अतिशय दुर्मीळ झाले. त्यामुळे वाघाला राष्ट्रीय प्राण्याचा दर्जा मिळाला. भारतासारख्या खंडप्राय देशात सर्वत्र आढळणारा हा प्राणी आहे. अर्थात जे संकट भारतातल्या सिंहावर आले, त्या संकटाने वाघालाही घेरलेले आहेच; पण अनेक व्याघ्र प्रकल्प, व्याघ्र अभयारण्ये याद्वारे वाघाला संरक्षण देण्याचा प्रयत्न शासकीय पातळीवरून करण्यात आला आहे.

सिंहाप्रमाणे वाघालाही प्राचीन भारतीय परंपरेने आदराचे स्थान दिले आहे. वाघ हे दुर्गेचे वाहन आहे. दुर्गा ही दुष्टांचा संहार करणारी देवता मानली जाते, तर वाघ हा सामर्थ्य आणि अमरत्वाचे प्रतीक मानला जातो. काली आणि शक्ती ही दुर्गेचीच अधिक उग्र रूपे आहेत. त्यांचे वाहनही वाघच आहे. भारतीय पुराणकथांमध्ये नवग्रहांपैकी राहूचे वाहन म्हणून वाघालाच स्थान मिळाले आहे.

दक्षिण भारतातले, विशेषत: केरळातले प्रसिद्ध दैवत अय्यप्पा आणि वाघ यांचे दाक्षिणात्य संस्कृतीत जवळचे नाते आहे. शिव आणि मोहिनी (श्रीविष्णूंचा अवतार) यांचा मुलगा म्हणून अय्यप्पाचा जन्म झाला, असे कथा सांगतात. समुद्रमंथनाच्या वेळी तो प्रकट झाला. एका कथेनुसार कुणा एका राजा-राणीला नदीच्या काठी बाल अय्यप्पा सापडला आणि त्यांनी त्याला आपल्या राजवाड्यात आणले. पुढे राणीला मुलगा झाला तेव्हा तिला अय्यप्पाचा द्वेष वाटायला लागला आणि तिने त्याला मारून टाकण्याचा बेत आखला.

आजारी असल्याचे नाटक करून एक दिवस तिने औषध म्हणून वाघाचे दूध आणण्यासाठी अय्यप्पाला पाठवले. वाघ त्याला मारून टाकेल, अशी तिची अपेक्षा होती. पण आश्चर्य म्हणजे अय्यप्पा वाघावर स्वार होऊन राजवाड्यात येताना तिला दिसला. त्याच्या मागे इतर सगळे देव व्याघ्र रूपातच येत होते. हे दृश्य पाहून राजा विलक्षण घाबरला. त्याने अय्यप्पाची क्षमा मागितली. पण अय्यप्पाने सांगितले, ''आता माझी निघण्याची वेळ आली आहे.'' मग राजाने विचारले, ''तुझं देऊळ कुठे बांधलं जावं, ते तरी सांग.'' तेव्हा अय्यप्पाने धनुष्याची प्रत्यंचा ताणून एक बाण मारला. तो शबरीमलावर जाऊन पडला. त्याच ठिकाणी अय्यप्पाचे मंदिर आहे.

शिवशंकरही अनेकदा व्याघ्रासनावर बसलेले किंवा व्याघ्रांबर परिधान केलेले दाखवतात. व्याघ्रनाथेश्वर असेही शंकराचे एक नाव आहे. एकदा व्याघ्ररूप घेऊन आलेल्या राक्षसाचा वध शंकराने केला होता. म्हणून त्याला हे नाव मिळाले. ऋग्वेदात शंकराला रूद्र म्हणून ओळखले जाते. यजुर्वेदात रूद्राचे वर्णन करताना त्याने व्याघ्रांबर परिधान केल्याचे उल्लेख आहे. यामुळेच अनेक ऋषीमुनी आणि योगी मंडळी तपश्चर्येसाठी व्याघ्रासनावर बसत. अर्थात ज्या काळात भारतीय उपखंडात वाघांची संख्या मुबलक होती आणि लोकसंख्या फार कमी होती, त्या काळातली ही बाब आहे.

सत्ता, सामर्थ्य, रुबाब आणि ऐश्वर्य यांचे प्रतीक असलेल्या वाघाच्या

पूजनाची प्रथा भारतभरात सगळीकडे आहे. बंगाल आणि ईशान्य भारतात ही प्रथा अधिक ठळक आहे. बंगालच्या उत्तर भागात हिंदू आणि मुस्लीम लोकही व्याघ्रदेवतेची उपासना करतात. हातात जपमाळ घेऊन, वाघावर आरूढ झालेला मुस्लीम साधू या भागातल्या पारंपरिक चित्रांमध्ये दिसतो.

नागालँडमधल्या एका लोककथेनुसार माणूस आणि वाघ यांचा जन्म एकाच आईच्या उदरातून झाला. पण माणूस घरातच राहिला आणि वाघ जंगलात रहायला गेला. एक दिवस माणूस जंगलात गेला तेव्हा त्याला वाघ भेटला. दोघांची मारामारी सुरू झाली. मग माणसाने लबाडी केली. त्याने वाघाला नदी ओलांडायला भाग पाडले आणि विषारी बाणाने त्याला मारून टाकले. वाघाचे मृत शरीर नदीच्या प्रवाहातून वाहात वेळूच्या बनामध्ये जाऊन अडकले. दिंगू-अनेनी या देवाने पाहिले तेव्हा ती हाडे मुळात मनुष्यगर्भातून आल्याचे त्याच्या लक्षात आले. मग तो त्या हाडांवर दहा वर्षे बसला आणि याचा परिणाम म्हणून शेकडो वाघांचा जन्म झाला. हे वाघ मग ठिकठिकाणच्या पर्वतांवर आणि पठारांवरच्या जंगलात राहायला गेले.

नागालँडमधील या लोककथेने माणूस आणि वाघ यांचे नाते अधोरेखित करताना आपल्या भावाला लबाडीने मारण्याचा मानवी कपटी स्वभावही सूचित केला आहे.

नागालँडमध्ये वाघ ही संरक्षक देवता असल्याची श्रद्धा आहे. अपत्यप्राप्तीसाठी या प्राण्याची उपासना करण्याची परंपरा या प्रांतात होती. वाघाचा दात किंवा त्याच्या डोक्याचा सांगाडा पुढे ठेवून व्याघ्रदेवतेला शपथपूर्वक जागवले तर आजार बरे होतात, अशीही या प्रांतात फार पूर्वी समजूत होती. काही मोजक्या समारंभांच्या वेळीच फक्त नागा लोक वाघाला मारायचे. एरवी मात्र वाघाच्या हत्येवर या भागात कडक बंदी होती.

कर्नाटकातल्या होयसळ राजाचे वाघ हे राजचिन्ह होते. टिपू सुलतान या पराक्रमी राजाला तर 'म्हैसूरचा वाघ' म्हणूनच ओळखले जायचे. कर्नाटकाच्या सखल भागातल्या काही जिल्ह्यांमध्ये वाघाला 'बेटाराया' म्हणून त्याची उपासना केली जाते. पश्चिम घाटातल्या देवरायांमध्ये तो हुलिराया (वाघराजा) म्हणून प्रसिद्ध आहे.

वारली हे महाराष्ट्राच्या ठाणे जिल्ह्यातील आदिवासी लोक. आपल्या वैशिष्ट्यपूर्ण चित्रकलेसाठी प्रसिद्ध असणारे हे आदिवासी आजही शहरी

समाजापासून अंतर राखून आहेत. त्यांच्या चित्रकलेने वाघाशी असलेले या आदिवासींचे नाते वर्षानुवर्षे अधोरेखित केले आहे. ग्रामीण जीवनाचा अविभाज्य भाग म्हणून वारलींच्या चित्रात वाघ दर्शवला गेला आहे. चालणाऱ्या किंवा बसलेल्या स्थितीतल्या वाघाच्या चेहऱ्यावरचा निरुपद्रवी भावही वारलींचे त्याच्याशी असलेले सौहार्द सूचित करतो. वारली लोकांची वाघ देवावर नितांत श्रद्धा आहे. वाघाच्या लाकडी मूर्ती वारलींच्या गावागावातून दिसतात.

प्रत्येक वेळी ऋतू बदलतो तेव्हा नवे वर्ष सुरू होते, असे वारली मानतात. या नव्या वर्षाच्या प्रारंभी वेगवेगळ्या देवांची आराधना केली जाते. यातलाच एक वाघदेवही आहे. शेतातली पिके कापणीला आली की आणि दिवाळीच्या वेळी वाघदेवाची पूजा करून त्याची मन:पूर्वक आराधना केली जाते. वारलींमध्ये उतारे भगत वाघदेवाला जागवून रोग बरे करतो. गेल्या काही वर्षांमध्ये जंगले विरळ झाल्यामुळे भगताच्या भूमिकेवरही मर्यादा आल्या आहेत. औषधी उपयोगासाठी योग्य वनौषधी मिळवणे या भगताला अवघड झाले आहे. वाल्मिक थापर या निसर्गतज्ज्ञाच्या आणि व्याघ्र अभ्यासकाच्या मते भगत हा शब्द मूळ 'बाघाउत' (म्हणजेच 'वाघ असलेला माणूस') या शब्दावरून तयार झालेला असावा. वाघदेव हा सामर्थ्यशाली आहे आणि तोच सर्व प्रकारच्या संकटांपासून गावाचे रक्षण करतो, अशी वारलींची श्रद्धा आहे. वाघदेवाचा पुतळा प्रत्येक वारली गावाच्या वेशीवर आढळतो. हा पुतळा ठाणे जिल्ह्यातल्या आदिवासी समूहांना जोडणारा दुवा आहे. दिवाळीपूर्वी शेतात पिके तयार होतात त्यावेळी आणि दिवाळीनंतरच्या काळात वारली लोक वाघदेवाचा उत्सव साजरा करतात. नृत्य-गायन-वादन यांची जोड या उत्सवाला असते. पृथ्वी आणि माणूस या दोहांच्या दृष्टीने सर्वाधिक सुफलनाचा काळ सूचित करणारा हा उत्सव असतो.

वाघदेवाला वारली लोक वाघ्या म्हणूनही ओळखतात. वाघदेवाच्या उत्सवानंतर पिकांची पूजा केली जाते. वाघदेव ही वारलींची मुख्य देवता आहे. त्यामुळे तिच्या उपासनेनंतरच इतर देवांच्या पूजाअर्चेला प्रारंभ होतो. भूदेवीच्या (पृथ्वीच्या) पूजेअर्चेआधी वाघदेवाची पूजा केली जाते. कारण वाघ हे भूदेवीचे वाहन समजले जाते. वाघदेवाच्या उपासनेमुळे आपल्याला आणि आपल्या गाईगुरांना वाघांपासून संरक्षण मिळेल, अशी वारलींची श्रद्धा आहे. गावाचे संरक्षण करण्याची आणि काही संकट आलेच तर त्यातून सोडवण्याची विनंती वाघाला केल्याखेरीज वारलींपैकी कुणीच प्रवासाला जात नाही.

भातशेतीमध्ये वाघाच्या पावलांचे ठसे दिसणे वारली शुभ मानतात. त्या ठशाला कुंकू वाहून नारळ फोडला जातो. मग पीक जोमाने वाढते, असा वारलींचा विश्वास आहे. याचाच अर्थ वाघ ही त्यांच्या दृष्टीने सुफलनाची देवता आहे. धान्यदेवता आणि वाघदेव यांच्यातला दुवा फार प्राचीन आहे. महाराष्ट्रात सापडलेल्या सतराव्या शतकातल्या एका चांदीच्या ताईतावर वाघावर आरूढ झालेली धान्यदेवता आढळली आहे. पानापासून बनलेल्या तिच्या देहावर वाघाप्रमाणेच पिवळे-काळे पट्टे आहेत. झाडाच्या खोडापासून फांद्या बाहेर पसराव्यात तसे तिचे हात दोन्ही बाजूंना विस्तारले आहेत. माणूस, प्राणी आणि निसर्ग यांच्या एकरूपतेचे प्रतीक असावे, अशी ही आकृती आहे. वारलींचा वाघदेव असा प्रत्येक गोष्टीशी, विशेषतः धान्यदेवतेशी म्हणजेच सुफलनाशी जोडलेला आहे. मानवी प्रजननाला आणि एकूणच पुनर्निर्माणाला सहाय्यक असा हा देव असल्याचीही वारलींची श्रद्धा आहे. लग्नविधीमध्ये वधू-वरांच्या अंगावरच्या शालींचा रंगही लाल आणि पिवळा म्हणजे वाघाच्या त्वचेच्या रंगाशी साम्य सांगणारा असतो. लाल रंग हा रक्ताचे आणि पिवळा रंग हा मक्याचेही (म्हणजे धान्याचे) प्रतीक आहे. हे सुफलनाचे निदर्शक असणारे रंग पुन्हा वाघाच्या रंगांशी जोडलेलेच आहेत. वारलींप्रमाणेच भारतातल्या इतरही अनेक वनवासी समूहांचे वाघाशी असलेले नाते हा त्यांच्या आयुष्याचा आजही महत्त्वाचा भाग आहे. प्राचीन काळी तर वाघ हा त्यांच्या जीवनपद्धतीचा, त्यांच्या संस्कृतीचा, त्यांच्या शहाणिवेचा आणि त्यांच्या मानसिकतेचा एक अविभाज्य घटक होता.

उत्तर भारतातल्या लोकसाहित्याविषयी डब्ल्यू. क्रूक यांनी लिहिलेले एक पुस्तक आहे. जवळजवळ शतकभरापूर्वी प्रसिद्ध झालेल्या या पुस्तकात क्रूक यांनी म्हटल्याप्रमाणे अकोल्यामधले माळी लोक त्यांच्या शेतातला वाघाचा ठावठिकाणा शिकाऱ्याला चुकूनही लागू द्यायचे नाहीत; कारण वाघाला मारले तर शेतजमिनींची किंवा बागेची सुपीकता नष्ट होते, अशी त्यांची समजूत होती. कोल्हापुरात अनेक ठिकाणी आजही उसाच्या वाळलेल्या पानांपासून वाघाची आकृती तयार करून ती उसाच्या शेतात ठेवली जाते. यांमुळे पिकाला संरक्षण मिळते, अशी शेतकऱ्यांची श्रद्धा आहे.

राजपूत वंशातले वाघेल लोक स्वतःला वाघाचे वंशज मानतात आणि त्यामुळे वाघाला ते चुकूनही मारत नाहीत. भिल्ल आणि संथाल आदिवासीही वाघालाच

आपला पूर्वज मानतात. मिर्झापूरमधल्या वनसमूहांची वाघेश्वर ही महत्त्वाची देवता आहे. या भागातले किसानही 'वनराजा' म्हणून वाघाची उपासना करतात. होशंगाबादमधले कुकू लोकही वाघदेवाचे उपासक आहेत. बेरारमधल्या पेट्री या ठिकाणी वाघाईदेवीचे ठाणे आहे.

मध्य प्रदेशातल्या गोंड जमातीत वेगवेगळी गोत्रे आहेत. त्यापैकी 'वागमरेउईका' या गोत्राचे नावच मुळी 'वाघ' या शब्दावरून तयार झाले आहे. हे गोंड वाघाची उपासना करतात. मध्य प्रदेशात मांडला जिल्ह्यात या गोंडांची मुख्य वस्ती आहे. याच जिल्ह्यात कान्हा नॅशनल पार्क हे व्याघ्र अभयारण्य आहे हे गोंड वाघाची शिकार तर करत नाहीतच; पण त्यांना कुठल्याही प्रकारे इजा होऊ नये, याची काळजी घेतात. गोंडांच्या लोकसाहित्यातही वाघाला ठळक स्थान आहे. वाघ हा गोंड जमातीत कुठल्या ना कुठल्या प्रकारे सुफलनाशी आणि माणसाच्या जगण्याशी जोडलेला आहे.

भारतभरातल्या विविध वनवासी संस्कृतींशी वाघाचे असे मन:पूत नाते आहे. एक प्रकारे या ठिकठिकाणच्या संस्कृतींना जोडणारा वाघ हा महत्त्वपूर्ण दुवा आहे. मुळात वाघाचा दरारा आणि त्याच्या विषयीची भीती यामुळे या प्राण्याच्या उपासनेचा प्रारंभ भारतात झाला. त्यातून वाघ हा सुफलनाला साहाय करतो, या विश्वासामुळे वाघपूजनाची परंपरा आणखी दृढ झाली. ज्या काळात पृथ्वीवर अपले अस्तित्व टिकवण्यासाठी, वाढवण्यासाठी माणसाला अपार कष्ट करावे लागत होते, त्या काळात जगणाऱ्या या समूहांच्या लेखी सुफलनाला साहाय्यभूत असणारी प्रत्येक गोष्ट पवित्र असली तर नवल नाही. म्हणूनच भारतातल्या जवळपास सगळ्या आदिवासी समूहांच्या लोकसाहित्यात वाघ आणि सुफलन यांच्यातल्या नात्याचा धागा स्पष्टपणे आढळतो.

अर्थात वाघाविषयीचा आदर फक्त भारतातल्या वनवासी किंवा आदिवासी समूहांमध्येच आढळतो असे नव्हे. भारतातल्या हिंदू आणि बौद्ध परंपरेनेही वाघाकडे नेहमीच गौरवाने पाहिले आहे. उपासमारीने तडफडणारी वाघीण आणि तिचे बछडे यांना वाचवण्यासाठी स्वत:चा बळी देणाऱ्या दयाळू राजपुत्राची कथा अनेक बौद्ध ग्रंथांमध्ये थोड्याफार फरकाने समाविष्ट आहे. हिंदू संस्कृतीने दुर्गेचे वाहन म्हणून वाघाला बहाल केलेले पावित्र्य तर सर्वश्रुत आहे. पृथ्वीवरच्या अनिष्ट प्रवृत्तीचा नाश करायची वेळ आली तेव्हा ब्रह्मा, विष्णू, महेशाने आपापली शक्ती एकत्र करून दुर्गा निर्माण केली. दुष्टांचा संहार करण्यासाठीच्या युद्धात

दुर्गेला सोबत केली, ती तिच्याप्रमाणेच सामर्थ्यशाली असणाऱ्या वाघाने. दुर्गा आणि वाघ या दोघांना त्यांची अजोड ताकद पृथ्वीकडून, भूदेवतेकडून मिळाली आहे, असे भारतीय परंपरा सांगते. या दोघांची सांगड म्हणजे वाईट शक्तींविरुद्ध उभी ठाकणारी एक बलाढ्य ताकद आहे, अशी भारतीय संस्कृतीची श्रद्धा आहे.

वाघनृत्य

वाघाविषयीच्या आदरामुळेच भारताच्या अनेक प्रांतात आजही वाघनृत्य लोकप्रिय आहे. तमिळनाडूमध्ये हे नृत्य 'पुलियाट्टम' म्हणून ओळखले जाते. आंध्र प्रदेशात त्याला 'पुलिवेशम्' म्हणतात. केरळात या नृत्याला 'पुलिकाली' असे नाव आहे. ओरिसात वाघनृत्य असे त्याला म्हटले जाते, तर कर्नाटकात हे 'हुली कुनिता' किंवा 'हुली वेश' म्हणून प्रसिद्ध आहे.

सामान्यत: वाघनृत्य दसऱ्याच्या वेळी केले जाते. वाघावर किंवा सिंहावर बसलेल्या दुर्गेच्या सन्मानासाठी ते केले जाते. या नृत्यासाठी तरुण मुले स्वत:च्या देहावर वाघाप्रमाणे पिवळे-काळे पट्टे रंगवतात. हरणाचा पाठलाग करणारा, शिकाऱ्याच्या तावडीतून स्वत:ची सुटका करणारा किंवा शिकाऱ्याच्या हातून मारला जाणारा वाघ हा नृत्यातून दाखवला जातो. या नृत्याला ढोलाची जोरदार साथ असते.

केरळातल्या त्रिचूर या गावातले 'पुलि काली' हे नृत्य फार प्रसिद्ध आहे. ओणम सणाच्या चौथ्या दिवशी ते सादर केले जाते. विविध आकाराचे, सजलेले वाघ (वाघाचा वेष परिधान केलेले तरुण) यावेळी अतिशय अप्रतिम नृत्य सादर करतात. प्रेक्षकही मोठ्याने ओरडून त्यांना प्रोत्साहन देतात. हे नृत्य वर्षातून एकदाच पृथ्वीवर येणाऱ्या 'महाबली' या केरळातल्या लाडक्या राजाच्या सन्मानार्थ सादर केले जाते. धर्म, पंथ, जात असे सगळे भेद दूर सारून 'पुलि काली'मध्ये केरळातले अनेक नर्तक सहभागी होतात. यातली महत्त्वाची बाब म्हणजे 'पुलि काली' या वाघनृत्याचे श्रेय इस्लमधर्मीयांकडे जाते. प्रेषित महंमदाचा जावई अली हा फार पराक्रमी योद्धा होता. त्याच्याकडे वाघाचे सामर्थ्य असल्याचे सांगितले जायचे. त्याच्या हौतात्म्याची आठवण म्हणून मोहरमच्या वेळी मुस्लीम बांधवांनी वाघनृत्याची प्रथा सुरू केली. हळूहळू इतर लोकसमूहांनी, विशेषत: तमिळ कोणार आणि चेट्टियार यांनीही या नृत्याला आपलेसे केले आणि पोंगल या सणाच्या वेळी त्याचे सादरीकरण करायला सुरुवात केली.

प्रांत भिन्न असले आणि नृत्याचे नाव भिन्न असले तरी प्रत्येक ठिकाणचे वाघनृत्य अत्यंत मनोहारी असते. ढोलाच्या ठेक्यावर चपळ हालचाली करणारे वाघ, त्यांची रंगीत, कमावलेली शरीरे आणि चेहऱ्यावरचे भक्षकाचे उग्र भाव पाहणे, हा विलक्षण अनुभव असतो.

पर्यावरणीय भूमिका आणि सद्य:स्थिती

भारतातले जैववैविध्य अफाट असले तरी इतर कुठल्याही प्राण्याच्या तुलनेत वाघाविषयी प्रत्येकालाच जबरदस्त आकर्षण आहे. वाघासारखा देखणा, रुबाबदार आणि पाहणाऱ्याला मंत्रमुग्ध करणारा प्राणी क्वचितच एखादा असेल.

ब्रिटिशांनी भारतात वसाहत निर्माण केली तेव्हा इथे घनदाट जंगले होती, प्राण्या-पक्ष्यांची प्रचंड विविधता होती आणि वाघही असंख्य होते. बांगलादेशाच्या सीमेला लागून असणाऱ्या पश्चिम बंगालच्या खारफुटींच्या दलदलींच्या प्रदेशात तर वाघांचेच राज्य होते, असे म्हणता येईल, इतकी तिथे वाघांची संख्या मोठी होती. आजही 'बेंगाल टायगर' हीच सुंदरबनांची खरी ओळख आहे.

एल. डी. ग्रँड प्रे या फ्रेंच प्रवाशाने अठराव्या शतकाच्या प्रारंभी लिहिलेल्या प्रवासवर्णनातही बंगालच्या खारफुटींच्या जंगलात विपुल असणाऱ्या वाघांचा उल्लेख केला आहे. माणूस, वाघ आणि जंगले यांच्या शांततापूर्ण साहचर्याची भारतातली शतकानुशतकांची परंपरा ब्रिटिश राजवटीत उखडली गेली. भारतीय जंगलांचा आणि तिथल्या प्राण्यांचा ब्रिटिश राज्यकर्त्यांनी फार मोठ्या प्रमाणात संहार केला. पर्यायाने निसर्गाशी घट्ट बांधलेल्या श्रद्धा-समजुतींची वीणही उसवत गेली. ब्रिटिशांच्या शिकारीच्या छंदामुळे सर्वाधिक हत्या झाली, ती भारतीय वाघांची. कर्नल पोलक लिखित *Incidents of Foreign Sport and Travel* या १८९४मधील पुस्तकात वाघाच्या शिकारीची सविस्तर वर्णने दिली आहेत.

बेंगॉल टायगर ही वाघांची उपप्रजात प्रामुख्याने दक्षिण आशियाई राष्ट्रांमध्ये आढळते. भारतात हा वाघ फार पूर्वीपासून मोठ्या संख्येने आढळतो. कुरणे, उष्णकटिबंधीय वर्षावने, खुरटी जंगले, ओली आणि कोरडी पानझडीची जंगले, खारफुटी अशा विविध अधिवासांमध्ये भारतीय वाघाचे अस्तित्व आहे.

नराच्या शरीराची लांबी अंदाजे २७५ ते ३१० सेंमी असते. त्याचे शेपटीसह वजन १८० ते २७० किलोपर्यंत असते. वाघीण मात्र लहान असते. तिचे वजन १४० ते १८० किलोपर्यंत असते. वाघाच्या त्वचेवरचे केस केशरी-तपकिरी रंगाचे आणि त्यावर काळे पट्टे असलेले असतात. पांढरा वाघही भारतात आढळतो.

रानडुक्कर, हरीण, पाणम्हैस असे मोठ्या ते मध्यम आकाराचे प्राणी हे वाघांचे भक्ष्य आहे. काही वेळा ते ससे, माकडे, मोर यांचीही शिकार करतात. हत्ती आणि गेंड्यांच्या बछड्यांचीही वाघ शिकार करतो. कोल्हे, लांडगे, सुसरी, बिबट्या हे वाघाचे अन्न नसले तरी पुष्कळदा वाघ या प्राण्यांवर हल्ले करतो. वाघ साधारणतः रात्रीच्या वेळी शिकार करतो. पण दिवसा तो जागाच असतो. उंच गवतात दबा धरून बसलेला वाघ त्याच्या गवताशी मिळत्याजुळत्या रंगामुळे पटकन ओळखू येत नाही. आपली ताकद वापरून वाघ भक्ष्यावर पूर्ण पकड मिळवतो आणि त्याचा मणका तोडून किंवा मोठ्या भक्ष्याच्या घशाचा चावा घेऊन तो भक्ष्याला मारून टाकतो. त्यानंतर भक्ष्याला ओढून तो सुरक्षित ठिकाणी आणतो आणि मग खातो. बिबट्या आपले भक्ष्य झाडांवर लपवून ठेवतो. वाघालाही झाडावर चढता येत असले तरी चित्त्याइतका तो याबाबतीत सरावलेला नाही.

वाघ उत्तम पोहू शकतो. अनेकदा तो पाण्यातही आपल्या भक्ष्याचा पाठलाग करतो. एका वेळी भारतीय वाघ ३० किलोपर्यंत मांस खाऊ शकतो आणि मग पुढचे काही दिवस तो अन्नभक्षण करत नाही. बहुतेक वेळा वाघ मोठे प्राणीच मारून खात असला तरी फार भूक लागली तर तो बेडूक, मगरी आणि गायी-गुरे-कोंबड्या अशा पाळीव प्राण्यांनाही आपले भक्ष्य बनवतो.

वाघाची पर्यावरणीय भूमिका अनेक प्रकारे महत्त्वपूर्ण आहे. वाघाच्या अधिवासातच इतर असंख्य छोट्या प्राण्यांचे अस्तित्व असते. वाघाला सांभाळणारे जंगल किंवा कुरण ही इतर प्राणी-पक्षी आणि वनस्पतींसह एक स्वतंत्र आणि संतुलित अशी परिसंस्था असते. वाघ ज्या जंगलात आढळतो, त्याच जंगलात आपल्या पिण्याच्या पाण्याचा आणि सिंचनाचा स्रोत असलेल्या नद्यांचे उगम आहेत. त्यामुळे वाघ आणि त्यांचा अधिवास असणारी जंगले नाहीशी होणे म्हणजे एक परिसंस्था नष्ट होणे, पर्यावरणाचे संतुलन ढासळणे, पिण्याचे स्रोत नाहीसे होणे, अशी नुकसानांची साखळी आहे.

वाईल्ड लाईफ इन्स्टिट्यूट ऑफ इंडियाच्या एका अहवालानुसार वाघ ज्या परिसरात आपले भक्ष्य शोधत फिरतो तिथे वनस्पतींच्या १५,००० प्रजाती, सरपटणारे प्राणी आणि उभयचरांच्या ५०० प्रजाती, पक्ष्यांच्या २,००० उपप्रजाती, कीटकांच्या ३०,००० प्रजाती आणि शेकडो सस्तन प्राणी वास्तव्य करतात. वाघामुळे जैववैविध्य राखले जाते, ते अशा प्रकारे.

वाघासारख्या प्राण्याची जागा दुसरा कुठलाच प्राणी घेऊ शकत नाही. म्हणूनच

वाघाचे अस्तित्व हे भारतीय निसर्गाच्या अतुलनीयतेच्या दृष्टीने अपूर्व आहे. अन्नसाखळीच्या सर्वात वरच्या बिंदूवर विराजमान असलेला वाघ परिसंस्थेचे स्थैर्यही सूचित करतो.

हा देखणा आणि आकर्षक प्राणी शेवटच्या हिमयुगाच्या अखेरीला सैबेरियातून ब्रह्मदेशाद्वारा भारतात पोहोचला, असे अभ्यासक सांगतात. एके काळी काश्मीरपासून कन्याकुमारीपर्यंत सर्वत्र वाघाचा संचार होता. सर्व प्रकारच्या हवामानात त्याचे अस्तित्व होते. यापूर्वी म्हटल्याप्रमाणे, वाघाविषयीच्या भीतीयुक्त आदरामुळे त्याला देवत्व दिलेल्या ग्रामीण भारताने वाघाबरोबरचे साहचर्य मन:पूर्वक स्वीकारले होते.

एकोणिसाव्या शतकाच्या प्रारंभी भारतातल्या वाघांची संख्या जवळपास ४०,००० होती. पण ब्रिटिश आणि भारतीय संस्थानिक यांच्या शिकारीच्या छंदाने किमान २०,००० वाघांचा बळी घेतला, असे व्याघ्र अभ्यासक वाल्मिक थापर यांनी म्हटले आहे. सरगुजाच्या महाराजाने आयुष्यभरात ११०० वाघ मारल्याची नोंद आहे. स्वातंत्र्य मिळाल्यानंतर बंदुका-पिस्तुले आणि चार चाकी वाहनांची संख्या जशी वाढली, तसे वाघांच्या हत्येचे प्रमाण आणि वेगही वाढला. शिवाय जंगलतोडीमुळेही वाघांवरचे संकट गडद झाले.

भारताच्या माजी पंतप्रधान इंदिरा गांधी यांनी व्याघ्रप्रश्नात प्रथम लक्ष घातले. १९७२ मध्ये पहिल्यांदाच भारतभरातल्या वाघांची गणना झाली. त्यावेळी भारतात फक्त १७२७ वाघ शिल्लक होते. इंदिरा गांधींनी १९७३ मध्ये 'प्रोजेक्ट टायगर'ची सुरुवात केली, ती वाघांची ही रोडावलेली संख्या लक्षात घेऊनच. या प्रकल्पांतर्गत भारतभरात ठिकठिकाणी नऊ व्याघ्र अभयारण्ये निर्माण केली गेली. आज देशात २८ व्याघ्र अभयारण्ये आहेत. प्रोजेक्ट टायगरमुळे १९७० च्या दशकातली वाघांची संख्या वाढून १९९०च्या दशकापर्यंत ती जवळजवळ ४००० पर्यंत पोहोचली.

१९९०च्या दशकात व्याघ्र संवर्धनाला पुन्हा एकदा खीळ बसली. देशात जागतिकीकरण आणि उदारीकरणाचे वारे आले. वाघाच्या अवयवांपासून बनवल्या जाणाऱ्या पारंपरिक चिनी औषधांसाठी आणि वाघाच्या कातडीपासून बनवल्या जाणाऱ्या 'त्वूबा' पोषाखांसाठी १९९४ ते २००४ या दशकभरात भारतीय तस्करांनी ७१९ वाघ आणि २४७४ बिबटे मारले. शिवाय विविध विकास प्रकल्पांसाठी जंगले साफ केल्यामुळे वाघांचे निवारेच उद्ध्वस्त झाले.

परिणामत: त्यांची संख्या वेगाने घटली.

२००५मध्ये सरिस्का व्याघ्र प्रकल्पात एकही वाघ शिल्लक नसल्याची बातमी जगभर पसरली. ही घटना वाघाला राष्ट्रीय प्राण्याचा मान देणाऱ्या भारतासाठी दुर्दैवी आणि मानहानीकारक होती. त्यामुळेच व्याघ्र संवर्धनावर सरकारने लक्ष केंद्रित केले. सरिस्कातल्या तस्करीला जबाबदार असणाऱ्यांना अटक झाली. अभयारण्यातली वाढती तस्करी, वनाधिकाऱ्यांचे दुर्लक्ष आणि वन्यजीवांचा अवैध व्यापार करणाऱ्यांचे जाळे हे घटक भारतात किती मोठ्या प्रमाणात सक्रिय आहेत, हे या निमित्ताने स्पष्ट झाले.

२००५नंतर पाच-सहा वर्षे भारतीय वाघांना थोडासा दिलासा मिळाला; पण तो तात्पुरताच. आजमितीला भारतात पुन्हा एकदा १७००पेक्षाही कमी वाघ शिल्लक आहेत. चोरटी शिकार आणि अधिवासांचा ऱ्हास या दुहेरी संकटांशी भारतीय वाघ गेली काही वर्षे सातत्याने लढतो आहे. वाघाचे भक्ष्य असणाऱ्या छोट्या प्राण्यांची स्थानिक लोकांकडून होणारी शिकारही वाघांची संख्या रोडवण्याला कारणीभूत आहे. दोन जंगलप्रदेश किंवा अभयारण्ये जोडणारे सुरक्षित आंतरमार्ग (Corridors) वाघांच्या मुक्त संचारासाठी आवश्यक असतात. मात्र शहरीकरण आणि औद्योगिकीकरणाने हे आंतरमार्ग नष्ट केले आहेत. या विविध कारणांमुळे सैरभैर झालेले वाघ अनेकदा मानवी वस्त्यांमध्ये घुसतात आणि हल्ले करतात. पण या हल्ल्यांमागची कारणे लक्षात न घेता किंवा त्यांच्याकडे सोयीस्कर दुर्लक्ष करून वाघांना संपवण्याची भाषा केली जाते.

खरे तर भारतातल्या जैववैविध्याचे सुकाणू व्याघ्र प्रजातीच्या हातात आहे, असे म्हणण्याइतके वाघाचे सृष्टिव्यवस्थेतील महत्त्वाचे स्थान आहे. आणि हा आपला राष्ट्रीय प्राणी असल्यामुळे संपूर्ण देशाच्या अभिमानाचाही विषय आहे. जर आपण वाघाला संरक्षण देण्यात अपयशी ठरत असू तर एका बाजूने आपण कदाचित देशातला इतर कुठलाही जैविक मूलस्रोत वाचवू शकणार नाही आणि दुसऱ्या बाजूने आपल्या राष्ट्रीय अस्मितेलाही मोठी ठेच लागेल. हे लक्षात घेऊन व्याघ्रसंवर्धनासाठी सरकारी यंत्रणेवर जनमताचा रेटा टाकणे अत्यावश्यक आहे. आपली अस्मिता आणि आपले अस्तित्वही वाघाशी जोडलेले आहे, ही जाणीव रुजली तरच भारतीय वाघ वाचेल.

◆

राष्ट्रीय
जलचर :
सुसू (डॉल्फिन)

राष्ट्रीय जलचर - डॉल्फिन

डॉल्फिन (सुसू) हा जलचर प्राणी समुद्राखेरीज गंगा आणि ब्रह्मपुत्रेच्या प्रवाहातही आढळतो. भारतातल्या दोन मुख्य नद्यांचे वैशिष्ट्य मानला जाणारा हा सस्तन प्राणी गेली काही दशके अनेक संकटांशी झुंजतो आहे. त्याला संरक्षण देण्याच्या हेतूनेच २००९ मध्ये भारत सरकारने तो राष्ट्रीय जलचर असल्याची घोषणा केली.

ओळख

डॉल्फिनचे शास्त्रीय नाव आहे, *Platunista gangetica.* गंगेतल्या डॉल्फिनचे स्थानिक नाव आहे सुसू; तर ब्रह्मपुत्रेतल्या डॉल्फिन्सना हिहू म्हटले जाते. या सस्तन प्राण्याचे वजन अंदाजे १०० किलोग्रॅम; तर लांबी साधारणतः २.८ मीटर असते. जास्तीतास्त ३५ वर्षांचे आयुष्यमान या प्राण्याला लाभले आहे. १९९३च्या गणनेनुसार गंगेत ६०० डॉल्फिन्स होते; तर ब्रह्मपुत्रेने ४०० डॉल्फिन्सना आश्रय दिला होता. मुख्यतः संगमाच्या क्षेत्रात डॉल्फिन्स आढळतात. कुलसी आणि सबनसिरी या ब्रह्मपुत्रेच्या उपनद्यांमध्येही डॉल्फिन्स आढळतात; पण ते समुद्रात मात्र कधीच जात नाहीत. या प्राण्याला पाळण्याचे किंवा पकडून पिंजऱ्यात ठेवण्याचे प्रयत्न केले तर त्यांचे आयुष्यमान कमी होते. नद्यांसारख्या जलाशयातला मुक्त संचार हेच त्यांचे खरे जीवन आहे.

भारतातला गोड्या पाण्यात आढळणारा डॉल्फिन हा एकमेव खराखुरा तिमिगणीय जीव (cetacean) आहे. लांब चोचीमुळे या

प्राण्याची सहज ओळख पटते. भक्ष्य पकडण्यासाठी एकमेकांत अडकून बसू शकणारे धारदार दात हेही डॉल्फिनचे वैशिष्ट्य आहे. त्याची मान लवचिक असल्यामुळे तो आपले डोके काटकोनात वळवू शकतो. पोहण्यासाठी त्याला मोठ्या वल्ह्याच्या आकाराचे अवयव असतात आणि पाठीवर कुबडासारखा दिसणारा एक पंख असतो. राखाडी निळ्या रंगापासून चिखलासारख्या तपकिरी रंगाचे डॉल्फिन भारतात या दोन्ही नद्यांमध्ये आढळतात. डॉल्फिनचे डोळे अगदी छोटे असतात आणि इतर तिमिगणीय जीवांसारखे त्याला पारदर्शक बुबुळ नसल्यामुळे तो अंध असतो.

नद्यांमध्ये आढळणारा हा जलचर अतिशय चळवळ्या प्राणी आहे. याखेरीज इतर प्राण्यांना घाबरवण्यासाठीही शिंकल्यासारखा एक आवाज हा प्राणी सतत काढतो. त्यावरूनच त्याला 'सुसू' हे हिंदी नाव मिळाले आहे. आपली चोच तो पाण्याबाहेर ठेवत असल्यामुळे सहज दिसणारा हा प्राणी आहे. काही वेळा तो जलाशयाच्या पृष्ठभागावर शरीराची एक बाजू खाली करून पोहताना दिसतो. मासे आणि कोळंबी हे डॉल्फिनचे अन्न आहे.

सुसूचा गर्भावस्थेचा काळ जवळजवळ वर्षभराचा असतो. हिवाळ्याच्या प्रारंभी त्याला पिल्लू होते आणि ते एक वर्षाच्या आतच आईपासून सुटे होते. साधारणतः एका वेळी एकाच पिल्लाला मादी जन्म देते. चोच आणि पाठीवरचे कुबड यात थोडाफार फरक असणाऱ्या डॉल्फिन्सच्या वेगवेगळ्या प्रजाती आहेत. पण बाकीची बहुतेक वैशिष्ट्ये या सगळ्या प्रजातींमध्ये सारखीच असतात.

धोके आणि संवर्धन

सुसू/हिहू या प्राण्याचे तेल सांधेदुखीच्या आजारात वापरले जाते. भारतात या पारंपरिक औषधाचा वापर अनेक शतकांपासून होत आला आहे. इतरही कारणांसाठी या तेलाचा उपयोग केला जातो. गंगा-ब्रह्मपुत्रेच्या प्रवाहात हा प्राणी एके काळी मोठ्या संख्येने आढळायचा. पण गेल्या काही दशकांमध्ये त्यांची संख्या वेगाने घटली आहे. दरवर्षी अंदाजे १०० सुसू मारले जातात. जाळ्यात सुसूंचे लहान जीव अडकून मरणे, तेलासाठीची सुसूंची चोरटी शिकार, नद्यांवर मोठी धरणे उभारल्यामुळे लहान झालेले प्रवाह, वाळूसाठी नद्यांचे तळ खरवडले जाणे, जलप्रदूषण, नद्यांलगतची जंगलतोड अशा विविध कारणांमुळे सुसू हा प्राणी धोक्यात आला आहे. गंगेवरचे फराक्का धरण आणि कुलसी नदीतला

वाळूचा उपसा यांमुळे या दोन्ही नद्यांमधल्या डॉल्फिन्सवर प्रतिकूल परिणाम होऊन त्यांची संख्या घटली आहे.

१९७२च्या वन्यजीव संरक्षण कायद्याच्या अनुसूची १ मध्ये सुसूचा समावेश आहे. त्यांना मारणे हा शिक्षापात्र गुन्हा आहे. दोषी व्यक्तीला १ ते ६ वर्षांचा तुरुंगवास आणि ६००० रुपयांपर्यंत दंड होऊ शकतो. मात्र छुपी शिकार आणि वर उल्लेख केलेल्या इतर कारणांमुळे कायद्याचे पाठबळ असूनही हा प्राणी धोक्यात आला आहे. यामुळेच सुसूला राष्ट्रीय जलचर म्हणून घोषित करून त्याला आणखी संरक्षण देण्यात आले. हा दर्जा मिळाल्यानंतर गेल्या पाच वर्षांत या जलचरांच्या संख्येत थोडीशी वाढ झाली आहे.

ब्रह्मपुत्रेच्या किनारी प्रदेशातल्या सगळ्या जिल्ह्यांमध्ये 'हिहू वाचवा' समित्या स्थापन झाल्या आहेत. या प्राण्याच्या अधिवासाचे रक्षण करणे, त्यांना पुरेसे खाद्य उपलब्ध करून देणे, काही प्रदेश संरक्षित क्षेत्रे म्हणून घोषित करणे यांसारख्या उपायांद्वारे या राष्ट्रीय जलचराचे संवर्धन होऊ शकते. याशिवाय कायद्याची कडक अंमलबजावणीही त्याच्या संरक्षण-संवर्धनाला हातभार लावू शकते.

भारतातल्या काही ठरावीक नद्यांमध्येच आढळणाऱ्या या जलचराची ओळखच मुळात सर्वसामान्यांना नाही. त्याला 'राष्ट्रीय जलचर' म्हणून मान्यता मिळाल्यामुळे निदान त्याच्याविषयी जाणीव-जागृती निर्माण होऊन संवर्धनकार्याला गती मिळेल.

◆

उपसंहार : अस्मिता आणि एकात्मता

उपसंहार
अस्मिता आणि एकात्मता

भारत हा प्रदीर्घ इतिहास आणि सांस्कृतिक परंपरा असलेला देश आहे. अनेक भाषा बोलणाऱ्या, अनेक धर्मांवर श्रद्धा असणाऱ्या विविध समूहांचा वावर भारतीय भूमीवर जवळजवळ पाच-साडेपाच हजार वर्षांपासून आहे. पण या विभिन्न संस्कृतीच्या समूहांना एका अखंड सूत्रात बांधणारे मुख्य तत्त्व म्हणजे इथल्या प्रत्येक व्यक्तीच्या मनात असलेली भारतीयत्वाची जाणीव. *गायन्ति देवा: किल गीतकानि। धन्यास्तुते भारत भूमि भागे। (विष्णुपुराण २.३.२४)* असे म्हणताना पुराणकारांनीही भारताच्या एकतेकडेच लक्ष वेधले आहे. विविधता असूनही समन्वयाची उत्कट जाणीव असल्यामुळे भारतीय संस्कृती जगातल्या इतर संस्कृतींपेक्षा वेगळी ओळखली जाते. भारतीय धर्म, साहित्य, लिपी, कला, वेशभूषा, सण-उत्सव अशा इथल्या जीवनाच्या प्रत्येक पैलूवर भारतीयत्वाचा वैशिष्ट्यपूर्ण ठसा आहे. हा ठसाच भारताच्या स्वतंत्र अस्तित्वाची आणि राष्ट्राच्या व्यक्तित्वाची प्रचीती देणारा आहे. बाह्य प्रभावांबाबत स्वागतशील राहूनही शतकानुशतके भारताने आपली ही वैशिष्ट्यपूर्णता जपली आहे.

एक भूमी, एक राष्ट्र आणि एक जीव असा समाज हेच कोणत्याही राष्ट्राचे खरे शक्तिस्थान असते. आज मात्र एकात्मतेचा अर्थ आणि तिची आवश्यकता भारतीय समाज विसरत चालला आहे. कुठे प्रादेशिक सीमांचा वाद उफाळतो आहे, कुठे भाषाभेद डोके वर काढताहेत;

तर कुठे जातीयतेच्या ठिणग्या परस्पर ऐक्याला सुरुंग लावताहेत. अशा वेळी राष्ट्रीय एकात्मतेची विसरलेली ओळख पुन्हा एकदा जागवणे आणि राष्ट्र म्हणून जागतिक पातळीवर भारताचे स्थान बळकट करणे, यातच भारतीय व्यक्तीचे आणि इथल्या समाजाचे खरे हित आहे. मानवी जीवन आणि संस्कृती यांची वाटचाल नेहमीच काही तात्कालिक आणि काही चिरकाल टिकणाऱ्या मूल्यांच्या आधारे होत असते. भारतीय परंपरेतल्या अशा चिरकाल टिकणाऱ्या मूल्यांचा परिचय नव्या पिढीला झाला, तर ही पिढी वैज्ञानिक दृष्टिकोन, आधुनिक कौशल्ये आणि निरोगी आत्मविश्वासाच्या मदतीने स्वतःच्या आणि राष्ट्राच्याही शाश्वत विकासाला गती देऊ शकेल.

राष्ट्रीय एकात्मतेचे आधार

- समान मातृभूमी ही संपूर्ण राष्ट्राची जननी आणि पालनकर्ती असते. 'मी भारताचा नागरिक आहे', ही प्रत्येकाच्या मनातली जाणीव इथल्या भिन्न भाषिक, भिन्न धर्मीयांना एकत्र आणणारी आहे. अथर्ववेदातल्या पृथ्वीसूक्तात एक ऋचा आहे - *माता भूमिः पुत्रोऽहं पृथिव्याः।* 'पृथ्वी माझी माता आहे, मी तिचा पुत्र आहे', ही भूमीशी पुत्र म्हणून असणारी माणसाची नाळ बाकी सगळे भेद दूर करून सगळ्या माणसांना पृथ्वीपुत्राच्या धाग्यात ओवणारी आहे.
- भारतात अनेक प्रकारच्या विविधता आहेत. या भौतिक, सामाजिक विविधता ही इथल्या राष्ट्रजीवनाची समृद्धी आहे, बलस्थान आहे. इथल्या राष्ट्रनिर्मात्यांनी कायम अनेकतेच्या, विविधतेच्या मुळाशी असलेल्या एकतेवरच भर दिला आहे. 'एक तत्त्व अनेक रूपांत प्रकट होतं आणि अनेक नावांनी ते ओळखलं जातं', हाच भारतीय संस्कृतीच्या विकासाचा केंद्रवर्ती विचार आजवर राहिला आहे. ज्येष्ठ हिंदी साहित्यिक आणि विचारवंत डॉ. वासुदेवशरण अग्रवाल यांनी म्हटल्याप्रमाणे 'भारताचा संपूर्ण भूखंड एकाच पर्जन्य संस्थानाच्या अंतर्गत उत्पन्न होणाऱ्या मेघमाला आणि वायुसमूहाच्या अंतर्गत आहे. या मेघमाला आणि वायुसमूह परस्परांशी निगडित आहेत आणि दक्षिणेला समुद्राद्वारा, तर उत्तरेला हिमालयाद्वारा ते नियंत्रित होतात, असे 'भारतवर्ष' या नावावरून सूचित होते. या विशाल पर्जन्यक्षेत्राला प्राचीन काळी 'भारतवर्ष' अशी संज्ञा असल्याचा उल्लेख प्राचीन भारतीय साहित्यात आहे, असेही डॉ. वासुदेवशरण यांनी म्हटले आहे. महाभारत-पुराणादि सगळ्या प्राचीन

ग्रंथांमध्ये हिमालयापासून कन्याकुमारीपर्यंत सगळा देश एकच असल्याची ग्वाही पुन:पुन्हा दिली गेली आहे. ही भौगोलिक एकात्मता प्रत्येक भारतीयाच्या रक्तातच रुजली आहे.

- भारतातल्या विभिन्न पारंपरिक जनसमुदायांनी शतकानुशतके समन्वय-प्रधान जीवनमार्ग अनुसरला आहे. समन्वयाचा हा विचार इतर सगळ्या विचारधारांपेक्षा भारतीय परंपरेने श्रेष्ठ मानला आहे. या विचारानेच भारताच्या प्रदीर्घ इतिहासात राजनैतिक आणि सांस्कृतिक विकासाचे नियंत्रण केले आहे आणि त्याला एकसूत्रतेच्या मार्गावर चालायला भाग पाडले आहे. त्यामुळेच भारतातल्या विविध जीवनपद्धतींमध्ये कायमच खुलेपणाने आदानप्रदान होत राहिले आहे. अनेक धर्म, भाषा आणि लिप्या असल्या तरी भारतीयीकरणाची प्रक्रिया या सगळ्यावर अगदी सूक्ष्म रूपात आपला प्रभाव पाडत आली आहे. समन्वयाच्या साच्यात प्रत्येक नव्या रूपाला घालून त्याला भारतीय बनवणे, आपले मानणे हे इथल्या परंपरेचे वैशिष्ट्य राहिले आहे. अर्थात हे करत असताना प्रत्येकाला आपापल्या पद्धतीने जगण्याचे स्वातंत्र्यही भारतीय परंपरेने दिले आहे. म्हणूनच तिला विरोध झाला नाही आणि जगभरात ही संस्कृती श्रेष्ठ मानली गेली.
- देशाच्या सांस्कृतिक एकतेचे मुख्य प्रतिबिंब उमटले आहे, ते भारतीय साहित्यात. संस्कृत साहित्य आणि भाषा ही संपूर्ण भारताची मान्यताप्राप्त संपत्ती आहे. संस्कृत साहित्यानेच इतर सगळ्या प्रादेशिक साहित्याला प्रेरित केले आहे, विकसित केले आहे. रामायण, महाभारत, गीता, वेदान्तसूत्र, वेद, पुराणे हे भारतीय साहित्याचे अमर स्रोत आहेत, असे म्हटले तर ते वावगे ठरणार नाही. त्यांच्याद्वारेच भारतीय भूमीतले ज्ञान अनेक शतके, अनेक पिढ्यांचे पोषण करत आले आहे. साहित्यिक अभिव्यक्तीचे प्रकारही देशांतल्या विभिन्न जनसमुदायांमध्ये एकसारखेच राहिले आहेत. सूत्र, भाष्य, टीका, कथा, काव्य, नाटक, आख्यायिका, या प्रकारांची देशभरातली एकता लक्षात घेण्याजोगी आहे.
- प्राचीन काळापासून भारतातल्या शिक्षण पद्धतीत समानता आहे. गुरु-शिष्य परंपरा वैदिक काळापासून एकोणिसाव्या शतकापर्यंत चालू होती. पाणिनीची अष्टाध्यायी आणि पाणिनीचे महाभाष्य ही व्याकरण शिकण्यासाठीची साधने

काश्मीरपासून कन्याकुमारीपर्यंत मान्यता पावली होती. कालिदासाचे ग्रंथ काय किंवा पंचतंत्र काय, हीसुद्धा शिक्षणविषयक एकतेची प्रतीकेच आहेत. राज्यकर्ते कुणीही असले तरी अगदी प्राचीन काळापासून इथे विद्वान आणि वैज्ञानिकांचा आदर होत आला आहे. काशी, तक्षशिला, मथुरा, नवद्वीप, उज्जयिनी, कांची, नालंदा अशी विख्यात विद्यापीठांमध्ये देशभरातले ठिकठिकाणचे विद्यार्थी शिक्षणासाठी एकत्र यायचे आणि तिथून ज्ञानाचे प्रवाह देशभरात खळाळत राहायचे.

- देशभरात ठिकठिकाणी असलेली तीर्थक्षेत्रे हे मातृभूमीच्या बहुमूल्य एकतेचे लक्षण आहे. पूर्व-पश्चिम-दक्षिण-उत्तर अशा सगळ्या दिशांना भारतात तीर्थक्षेत्रांचे जणू एक जाळेच पसरलेले आहे. तीर्थक्षेत्रे हीच अगदी प्राचीन काळी भूमीची ओळख होती. या तीर्थक्षेत्रांद्वारा भूमीला देवत्व प्रदान केले गेले. शिव, विष्णू, देवी, यक्ष, नाग, बुद्ध, तीर्थंकर इत्यादींशी निगडित तीर्थक्षेत्रे देशभर विखुरलेली आहेत. या तीर्थक्षेत्रांमुळे निर्माण होणारा भारतीय भूमीच्या, मातृभूमीच्या धार्मिक स्वरूपाच्या अखंडतेविषयीचा विश्वास इथल्या प्रत्येक संप्रदायात आढळतो. हे स्वरूप स्वत:च्या डोळ्यांनी पाहावे, त्याच्या प्रती आपली श्रद्धा अर्पण करावी, हाच तर तीर्थयात्रेचा हेतू असतो. पण तीर्थयात्रेचा अर्थ एवढाच नाही. तीर्थयात्रेमुळे देशाच्या विभिन्न प्रातांना परस्परांची ओळख होते. देशातली प्रांतीय दरी आणि वेगळेपणा दूर करण्यासाठी सर्वांत जास्त मदत झाली ती तीर्थयात्रांची. या यात्रांमुळेच देशाचे सांस्कृतिक प्रवाह एका टोकापासून दुसऱ्या टोकापर्यंत विस्तारत गेले. आजवर देशाची एकता तीर्थक्षेत्रांद्वाराच प्रकट झाली आहे.
- श्रद्धास्थान कोणतेही असो, संस्कार, कर्मकांडे, स्वर्ग-नरकाच्या कल्पना देशभरातल्या विविध लोकसमूहांमध्ये सारख्याच आहेत. जप-तप, व्रत-पूजा-उपासाच्या पद्धतींद्वारा माणसाचे धार्मिक आयुष्य फुलत राहते. या सगळ्यांतूनही भारतीय एकताच व्यक्त होताना दिसते. प्राचीन काळापासून अनेक साधु-संत, आचार्य आणि महात्मे यांनी प्रांतीय सीमा भेदून संपूर्ण भारताला आणि जगालाही प्रकाश दाखवला आहे. गुरुनानक, चैतन्यप्रभू, तुलसीदास, कबीर, ज्ञानेश्वर, नामदेव, तुकाराम, आदि संतमहात्मे हे कुणा एका पंथाचे, धर्माचे नाहीत. त्यांना सगळा देश आपले मानत आला आहे. त्यांच्या विचारांचे स्वागत सगळ्यांनीच केले आहे.

- एकात्मतेचे ढोबळ पण प्रत्यक्ष प्रमाण दिसते ते कलेमध्ये. प्रत्येक युगात देशभरात एकसारखीच कलाशैली प्रचलित दिसते. मूर्ती आणि शिल्पांमध्येही बहुतांशी एकसारखी लक्षणे आणि समान वाटावे असे ध्यान आढळते. ब्रह्मा, विष्णू, महेश, सूर्य, देवी, बुद्ध, जैन तीर्थंकर यांची ठिकठिकाणची रूपे पाहताना असे वाटते की एखाद्या देशव्यापी परिषदेने सर्वांसाठी ही रूपे निश्चित केली आहेत; इतके त्यात साम्य आहे. कलेतली अलंकारिकता आणि प्रतीकेही (उदाहरणार्थ, कलश, कमळ, स्वस्तिक, धर्मचक्र, कल्पवृक्ष इत्यादी) सगळीकडे सारखीच आहेत. ठिकठिकाणची कला आपले वैशिष्ट्य जपत असली तरी तिची भाषा भारतीयच राहिली आहे. जिथे जिथे भारतीय कला आहे, तिथे तिथे तिची परिभाषा समान आहे आणि ती अस्सल भारतीयच आहे. पर्वतीय गुहांमध्ये कोरलेली मंदिरे असोत किंवा पाषाणनिर्मित स्वतंत्र मंदिरे असोत, त्यांच्या वास्तुशैलीत प्रांतीय वैशिष्ट्यांचे दर्शन जसे घडते, तसे एका अद्भुत सार्वदेशिक समानतेचे प्रतिबिंबही आढळते.
- भारताच्या तत्त्वज्ञानविश्वात फार प्राचीन काळापासून विचारांची देवाणघेवाण होत आली आहे. ज्ञान, उपासना, भक्ती आणि कर्म यांविषयी गेल्या सहस्रावधी वर्षांमध्ये जितके दृष्टिकोन विकसित झाले, त्यावर सगळे भारतीय आपला अधिकार सांगत आले आहेत. षड्दर्शने, उपनिषदे, श्रुती, पुराणे, संतसाहित्य - या सर्वांपासून देशभरातल्या जनतेला वर्षानुवर्षे चेतना मिळत आली आहे. वेदान्त आणि भक्ती, ज्ञान आणि उपासना, ब्रह्म आणि जीव, माया-मोह आणि प्रकृती, बंधन आणि मुक्ती या तत्त्वांविषयी संपूर्ण भारत विचार करत आला आहे. या विचारांची अभिव्यक्ती वेगवेगळ्या भाषांमध्ये होत राहिली असली तरी विचारांचे मूळ असलेल्या मनांची भाषा एकच राहिली आहे. या विचारांमधली रहस्यमय एकता असीम आणि तर्काच्या पलीकडची आहे. सगळ्या भिन्नता, सगळे भेद एकत्र आले तरी त्यांना भारताच्या तात्वज्ञानिक ऐक्याला संपवणे शक्य नाही, इतकी भारतीय तत्त्वज्ञानाची ताकद आहे. नेणिवेच्या पातळीवर का होईना; पण भारतीय भूमीत निर्माण झालेल्या तत्त्वज्ञानाच्या ताकदीने भारतीय मानसिकतेचे सातत्याने पोषण केले आहे, राष्ट्रीय चैतन्याचे बीज तिने जागे ठेवले आहे. संतांनी, महात्म्यांनी आणि लोकनेत्यांनी वेळप्रसंगी याच चैतन्याला आवाहन करून प्रकट व्हायला

लावले आहे आणि भारतीय एकात्मतेचा अद्‌भुत वाटावा, असा आविष्कार घडवला आहे.

इतिहास आणि वर्तमानाला जोडणारे दुवे

शतकानुशतके भारतीय मातीत रुजलेल्या या एकात्मतेला चेहरा देण्याची, जगापुढे तिची नेमकी ओळख मांडण्याची गरज स्वातंत्र्यानंतर निर्माण झाली. भारताचा नागरिक असणे, एवढीच भारतीयत्वाची खूण नाही; भारतीय विचारांनी प्रकट केलेली, भारतीय संस्कृतीने पोसलेली एकराष्ट्रीयत्वाची जाणीव आणि या जाणिवेचे प्रतिबिंबे असणारी राष्ट्रीय प्रतीके या खऱ्या भारतीयत्वाच्या तेजस्वी आणि चिरंतन खुणा आहेत. म्हणूनच ही भारतीय अस्मितेची प्रतीके आहेत. या प्रत्येक प्रतीकाने जगाला भारतीय परंपरेची वैशिष्ट्यपूर्ण ओळख सांगितली आहे.

ही प्रतीके म्हणजे फक्त भारताचा प्राचीन इतिहास नव्हे. या प्रतीकांशी निगडित आख्यायिका म्हणजे फक्त भाकडकथा नाहीत. या सगळ्या प्रतीकांमागे, त्यांना सामाजिक-सांस्कृतिक जीवनाशी जोडणाऱ्या दुव्यांमागे एक चिंतनशील दृष्टी तर आहेच; पण विशाल अशा भारतीय भूमीवरच्या विविध जनसमूहांना एकमेकांशी जोडणारी सहिष्णुताही त्यामागे आहे. आज वंश, धर्म, प्रदेश, भाषा, जात, अशा अनेक स्तरांवरच्या अस्मिता देशाच्या अखंडतेला, एक-राष्ट्रीयत्वाच्या भावनेला सुरुंग लावू पाहताहेत. अशा वेळी ही प्रतीके भारताच्या वैभवशाली प्राचीन परंपरेची ओळख करून देत, आधुनिक भारताच्या बौद्धिक, वैज्ञानिक विकासाला एकत्मतेचे पाठबळ पुरवू शकतील. देशभर विखुरलेल्या विविध समूहांच्या वेगळेपणाचा आदर राखत, तो वेगळेपणा सुरक्षित आणि मर्यादित राखत सर्वांना 'भारतीयत्वा'च्या छत्राखाली आणण्याचा प्रयत्न ही भारतीय इतिहासाची विशेषता आहे. भारताच्या राष्ट्रीय प्रतीकांनी हीच विशेषता अधोरेखित केली आहे. इतिहास आणि वर्तमान यांना जोडणारे दुवे म्हणून या प्रतीकांकडे पाहिले तर परंपरेतले सत्त्व सोबत घेऊन आधुनिकतेला सामोऱ्या जाणाऱ्या भारताचे सामर्थ्य कित्येक पटींनी वाढेल, हे निश्चित!

◆

- संदर्भ सूची -

प्रकरण १ : राष्ट्रीय गीत आणि राष्ट्रगीत - वंदे मातरम आणि जनगणमन

१. *वंदे मातरम्,* अमरेंद्र (अ.ल.गाडगीळ) बोरा अँड कंपनी पब्लिशर्स प्रा.लि.,मुंबई, १९७२

२. *वंदे मातरम्,* अमरेंद्र (अ.ल.गाडगीळ) बोरा अँड कंपनी पब्लिशर्स प्रा.लि.,मुंबई, १९७६

३. *वंदे मातरम् : एक शोध,* संकलन-संपादन : मिलिंद प्रभाकर सबनीस, ज्ञानदा प्रतिष्ठान, पुणे, १९९९

४. *Vande Mataram,* Moni Bagchee, Bhartiya Vidya Bhavan, Mumbai, 1977

५. *Vande Mataram,* The Biography of a song, Sabysachi Bhattacharya, Penguin Books India, 2003

६. *आनंदमठ,* बंकिमचंद्र, अनुवाद : श्रीपाद जोशी, बोरा अँड कंपनी पब्लिशर्स प्रा. लि., मुंबई, १९७६

७. *हमारे राष्ट्रगीत,* पब्लिकेशन्स डिव्हिजन, माहिती आणि प्रसारण मंत्रालय, भारत सरकार, दिल्ली, १९५८

८. *भारत भक्तिस्तोत्र,* वि. गो. आपटे, गोकुळ मासिक प्रकाशन, १९६१

९. भारतीय राष्ट्रगीते, जनार्दन गंगाधर करंदीकर, दी टीचर्स, आयडियल पब्लिशिंग हाऊस लि., १९५२

१०. *वैदिक राष्ट्रगीत,* श्री. दा. सातवळेकर, स्वाध्याय मंडळ, पारडी,१९६३

प्रकरण २ : राष्ट्रध्वज - तिरंगा

१. *आपला ध्वज,* पब्लिकेशन्स डिव्हिजन, माहिती आणि प्रसारण मंत्रालय, भारत सरकार, दिल्ली, १९६४

२. *Flag Code,* India, Issued by Ministry of Home Affairs, Govt. of India New Delhi, Reprinted by Govt. of Maharashtra, General Administration Dept., Bombay

३. *The Wheel Flag of India-Chakra-Dhvaja,* Vasudevsharan Agrawala, Prithivi Prakashan, Varanasi, Jan. 1964

४. *मॅडम कामा,* एम. एस. नरसिंहमूर्ति, अनुवाद डॉ. तारा सावंगीकर, भारत-भारती, स्वाध्याय मंडळ, औंध

प्रकरण ३ : राष्ट्रचिन्ह आणि राष्ट्रीय बोधवाक्य

१. *अशोक चक्र,* पं. श्री. दा. सातवळेकर, स्वाध्याय मंडळ, औंध, १९४८

२. *संस्कृतीच्या प्रांगणात, पं.महादेवशास्त्री जोशी, ज्ञानराज प्रकाशन, १९६९*

३. *The Wheel Flag of India - Chakradhvaja,* Vasudevsharan Agrawal, 1964

४. *सत्यं, शिवं, सुंदरम्,* दुर्गा भागवत, वरदा बुक्स, पुणे, १९७८

५. *सत्यमेव जयते,* श्रीमन्नारायण, सस्ता साहित्य मंडळ प्रकाशन, दिल्ली, १९६८

६. *सत्यनिष्ठांच्या कथा,* ह.मा.वाघोलीकर, जयंत आणि कंपनी, १९६७

प्रकरण ४ : राष्ट्रभाषा - हिंदी

१. *हिंदी हीच आमची राष्ट्रभाषा,* प्रा. शं. दा. चितळे, मनोहर ग्रंथमाला, पुणे

२. *राष्ट्रभाषा हिंदुस्थानी,* मोहनदास करमचंद गांधी, नवजीवन प्रकाशन मंदिर, अहमदाबाद, ऑगस्ट १९४७

३. *अंग्रेजी हटाओ,* डॉ. राममनोहर लोहिया, परिवर्तन प्रकाशन, १९७९४
४. *आर्यलिपी,* गोविंद काशिनाथ चांदोरकर, सत्कार्योत्तेजक सभा, धुळे, १९०७

प्रकरण ५ : राष्ट्रीय पक्षी - मोर

१. *मोर : हमारा राष्ट्रीय पक्षी,* रामेश बेदी, सरस्वती विहार, दिल्ली, १९७९
२. *The Peacock :* National Bird of India, P. Thankappan Nair, Firma KLM Pvt. Ltd., Calcutta, 1977
३. *शिल्पातील कार्तिकेय,*मारुति नंदनप्रसाद तिवारी,नवनीत मराठी डायजेस्ट, सप्टें.१९७०

प्रकरण ६ : राष्ट्रीय पुष्प - कमळ

१. *लज्जागौरी,* रा. चिं. ढेरे, श्रीविद्या प्रकाशन, पुणे, तृतीयावृत्ती, २००४
२. *The Elephant and The Lotus*, V. S. Naravane, Asia Publishing House, Bombay

प्रकरण ७ : राष्ट्रीय वृक्ष - वड

१. *Sacred Plants of India*, Prof. Nanditha Krishna, M. Amirthalingam, Penguin Books India, 2014
२. *Economic Plants of India,* N. P. Nayar, K. Ramamurthy, V. S. Agrawala, Vol.I,Calcutta : Botanical Survery of India, 1989

प्रकरण ८ : राष्ट्रीय फळ - आंबा

१. *Sacred Plants of India*, Prof. Nanditha Krishna, M. Amirthalingam, Penguin Books India, 2014

प्रकरण ९ : राष्ट्रीय प्राणी - वाघ

१. *The Cult of the Tiger,* Valmik Thapar, Oxford Unicersity Press, New Delhi, 2002
२. *भारतीय शिल्पातील प्राणी,* प्र.रा.अहिरराव, ह.अ.भावे, वरदा बुक्स,पुणे.ऑगस्ट २००५
३. *भारतीय निसर्ग - पर्यावरण पत्रकारिता, माध्यमे, सामाजिक संस्था व नागरिकांसाठी,* संतोष शिंत्रे, सकाळ प्रकाशन, पुणे, २०१२
४. *Ancient Indian Folk Cults,* V. S. Agrawala, Prithivi Prakashan, Varanasi, 1970

प्रकरण १० : राष्ट्रीय जलचर - सुसू (डॉल्फिन)

१. *A fieldguide for Indian Mammals,* Vivek Menon,Hatchette India, 2014
२. *भारतीय सरिता कोश,* शं.म.भालेराव, डायमंड पब्लिकेशन्स, पुणे, २००५

प्रकरण ११ : उपसंहार

१. *भारत की मौलिक एकता,* वासुदेवशरण अग्रवाल, भारत दर्पण ग्रंथमाला, भारती भंडार, अलाहाबाद, १९५६
२. *हमारी सांस्कृतिक एकता,* रामधारीसिंह दिनकर, उदयाचल, पटणा
३. *The Cultural Unity of Asia,* James Crusins, Theosophical Publishing House, Madras, 1922
४. *भारतीय राष्ट्रवाद : एक चिंतन,* वि.स.पागे, वि.स.पागे वाङ्मय प्रकाशन समिती,मुंबई, १९९४
५. *The Psychology of Indian Nationalism*, Prof. A. V. Sastri, Dipti Publications, Pondicherry, 1968

संदर्भ

१. *वंदे मातरम्*, अमरेंद्र (अ. ल. गाडगीळ) बोरा अँड कंपनी पब्लिशर्स प्रा. लि., मुंबई, १९७२

२. *Vande Mataram* : The Biography of a Song, Sabyasachi Bhattacharya, Penguine Books India, New Delhi, 2003

३. *भारत माता*, अमरेंद्र, बोरा अँड कंपनी पब्लिशर्स प्रा. लि., मुंबई, १९७६

४. *वंदे मातरम् : एक शोध*, संकलन-संपादन : मिलिंद प्रभाकर सबनीस, ज्ञानदा प्रतिष्ठान,पुणे, नोव्हेंबर १९९९

५. *Vande Mataram,* Moni Bagchee, Bhartiya Vidya Bhavan, Mumbai, 1977

६. *हमारे राष्ट्रगीत*, पब्लिकेशन्स डिव्हिजन, माहिती आणि प्रसारण मंत्रालय, भारत सरकार, दिल्ली, १९५८

७. *आनंदमठ*, बंकिमचंद्र, अनुवाद : श्रीपाद जोशी, बोरा अँड कंपनी पब्लिशर्स प्रा. लि., मुंबई, १९७६

८. *आपला ध्वज*, पब्लिकेशन्स डिव्हिजन, माहिती आणि प्रसारण मंत्रालय, भारत सरकार, दिल्ली, १९६४

९. *Flag Code, India,* Issued by Ministry of Home Affairs, Govt. of India New Delhi, Reprinted by Govt. of Maharashtra, General Administration Dept., Bombay

१०. *The Wheel Flag of India-Chakra-Dhvaja*, Vasudevsharan Agrawala, Prithivi Prakashan, Varanasi, Jan. 1964

११. *हिंदी हीच आमची राष्ट्रभाषा*, प्रा. शं. दा. चितळे, मनोहर ग्रंथमाला, पुणे

१२. *राष्ट्रभाषा हिंदुस्थानी*, मोहनदास करमचंद गांधी, नवजीवन प्रकाशन मंदिर, अहमदाबाद, ऑगस्ट १९४७

१३. *आर्यलिपी*, गोविंद काशिनाथ चांदोरकर,सत्कार्योत्तेजक सभा,धुळे, १९०७

१४. *संस्कृतीची प्रतीके*, पं. महादेवशास्त्री जोशी, जोशी ब्रदर्स, पुणे

१५. *सत्यमेव जयते*, श्रीमन्नारायण, सस्ता साहित्य मंडळ प्रकाशन,दिल्ली, १९६८

१६. *सत्यं, शिवं, सुंदरम्*, दुर्गा भागवत, वरदा बुक्स, पुणे, १९७८

१७. *संस्कृतीच्या प्रांगणात*, पं.महादेवशास्त्री जोशी, ज्ञानराज प्रकाशन, पुणे, १९६९

१८. *मोर : हमारा राष्ट्रीय पक्षी*, रामेश बेदी, सरस्वती विहार, दिल्ली, १९७९

१९. *The Peacock :* National Bird of India, P. Thankappan Nair, Firma KLM Pvt. Ltd., Calcutta, 1977

२०. *लज्जागौरी*, रा. चिं. ढेरे, श्रीविद्या प्रकाशन, पुणे, तृतीयावृत्ती, २००४

२१. *The Elephant and The Lotus*, V. S. Naravane, Asia Publishing House, Bombay

२२. *The Cult of the Tiger,* Valmik Thapar, Oxford Unicersity Press, New Delhi, 2002

२३. *भारतीय शिल्पातील प्राणी*, प्र. रा. अहिरराव, ह. अ. भावे, वरदा बुक्स, पुणे ऑगस्ट २००५

२४. *भारतीय निसर्ग - पर्यावरण पत्रकारिता, माध्यमे, सामाजिक संस्था व नागरिकांसाठी*, संतोष शिंत्रे, सकाळ प्रकाशन, पुणे, २०१२

२५. *A fieldguide for Indian Mammals,* Vivek Menon, Hatchette India, New Delhi, 2014

२६. *भारतीय सरिता कोश*, शं.म.भालेराव, डायमंड पब्लिकेशन्स, पुणे, २००५

२७. *भारत की मौलिक एकता*, वासुदेवशरण अग्रवाल, भारत दर्पण ग्रंथमाला, भारती भंडार, अलाहाबाद, १९५६

२८. *हमारी सांस्कृतिक एकता*, रामधारीसिंह दिनकर, उदयाचल, पटणा

२९. *The Cultural Unity of Asia,* James Crusins, Theosophical Publishing House, Madras, 1922

३०. *भारतीय राष्ट्रवाद : एक चिंतन*, वि. स. पागे, वि. स. पागे वाङ्मय प्रकाशन समिती, मुंबई, १९९४

३१. *The Psychology of Indian Nationalism*, Prof. A. V. Sastri, Dipti Publications, Pondicherry, 1968

३२. *Sacred Plants of India*, Prof. Nandita Krishna, M. Amirthalingam, Penguin Books India, 2014

३३. *Ancient Indian Folk Cults,* V. S. Agrawala, Prithivi Prakashan, Varanasi, 1970

३४. *Economic Plants of India,* N. P. Nayar, K. Ramamurthy, V. S. Agrawala, Vol.I,Calcutta : Botanical Survery of India, 1989

◆

वर्षा गजेंद्रगडकर
varshapune19@gmail.com

परिचय

बालसाहित्य, अनुवाद, ललित आणि वैचारिक अशा विविध क्षेत्रांत गेली बावीस वर्षे विपुल लेखन केले आहे. निसर्ग-पर्यावरण हा त्यांच्या अभ्यासाचा विषय आहे. त्यातही भारतीय परंपरेच्या निसर्गधारणांवर त्यांनी विशेष लक्ष केंद्रित केले आहे. आपले सण-उत्सव असोत, अनेक प्रथा-परंपरा असोत किंवा सतत बदलणारा आपला भवताल असो, माणूस आणि निसर्ग यांना जोडणारा सौहार्दाचा धागा या सगळ्यातून अधोरेखित करण्याचा प्रयत्न त्यांनी आपल्या लेखनातून केला आहे. त्यांच्या ललित लेखनालाही वैचारिकतेची जोड आहे, हे त्यांच्या लेखनशैलीचे वैशिष्ट्य.

परग्रहावर विजय या त्यांच्या पुस्तकाला सेलू येथील सार्वजनिक वाचनालयाचा बालसाहित्यासाठीचा पुरस्कार मिळाला आहे. *भारतीय पर्यावरण : काही प्रश्न, काही उत्तरे* या पुस्तकाला २०१४चा महाराष्ट्र साहित्य परिषदेचा वैचारिक साहित्यासाठीचा गणेश सरस्वती ठाकूरदेसाई पुरस्कार मिळाला आहे आणि *खजिना लोककथांचा* या पुस्तकाला २०१४चा राज्य वाङ्मय पुरस्कार मिळाला आहे आणि *'दोन क्षितिजे'* या पुस्तकाला राज्य सरकारचा २०१५चा अनुवादासाठीचा पुरस्कार मिळाला आहे.

www.ingramcontent.com/pod-product-compliance
Lightning Source LLC
LaVergne TN
LVHW010752051026
849532LV00007B/2344
* 9 7 8 9 3 8 4 3 1 6 9 7 6 *